CẨM NANG BÁ SUSHI THANH LỊCH

100 bát niềm vui để nâng cao trải nghiệm bát Sushi của bạn

Phụng Diệu

Tài liệu bản quyền ©2024

Đã đăng ký Bản quyền

Không phần nào của cuốn sách này được phép sử dụng hoặc truyền đi dưới bất kỳ hình thức nào hoặc bằng bất kỳ phương tiện nào mà không có sự đồng ý bằng văn bản thích hợp của nhà xuất bản và chủ sở hữu bản quyền, ngoại trừ những trích dẫn ngắn gọn được sử dụng trong bài đánh giá. Cuốn sách này không nên được coi là sự thay thế cho lời khuyên về y tế, pháp lý hoặc chuyên môn khác.

MỤC LỤC

- MỤC LỤC 3
- GIỚI THIỆU 7
- BÁ SUSHI GIẢI CẤU HÌNH 8
  - 1. Bát Sushi cuộn California được giải cấu trúc 9
  - 2. Bát Sushi cá ngừ cay được giải mã 11
  - 3. Bát Sushi cuộn rồng giải cấu 13
  - 4. Bát Sushi cá hồi cay được giải cấu 15
  - 5. Bát Sushi cuộn cầu vồng được giải mã 17
  - 6. Bát Sushi Tempura Tôm đã được phân hủy 19
  - 7. Bát Sushi cuộn Philly đã được giải cấu trúc 21
  - 8. Bát Sushi cuộn Dynamite được giải cấu trúc 23
  - 9. Bát Sushi cuộn chay đã được giải mã 25
- BÁ SUSHI CÁ VÀ HẢI SẢN 27
  - 10. Kaisen (Sashimi tươi trong bát cơm) 28
  - 11. Cá thu hun khói Chirashi 30
  - 12. Oyakodo (Cá hồi và trứng cá hồi) 32
  - 13. Bát Sushi Tôm Hùm Cay 34
  - 14. Bát Sushi Cá Ngừ Bơ 36
  - 15. Bát Sushi Cá Hồi Tươi Và Bơ 38
  - 16. Cá Hồi Bơ Và Sốt Mè 40
  - 17. Bát Sushi Sò Điệp Thuốc nổ 42
  - 18. Bát Sushi Thanh Long Cá Hồi 44
  - 19. Bát Sushi cá ngừ xoài 46
  - 20. Bát Sushi Cá Ngừ Cay 48
  - 21. Bát Sushi Cá Hồi Shoyu và Mayo Cay 50
  - 22. Bát Sushi giả cua California 53
  - 23. Bát Sushi Cua Cay 55
  - 24. Bát Sushi Tôm Kem Sriracha 58
  - 25. Bát Sushi cá ngừ áp chảo 61
  - 26. Bát Sushi Tôm Dứa 63
  - 27. Bát Sushi Bạch Tuộc Rong Biển 65
  - 28. Bát Sushi Đuôi Vàng 67

29. Sushi sò điệp xoài 69
30. Bát Sushi Cá ngừ và Củ cải Cay 71
31. Sushi cá hồi và măng tây hun khói 73
32. Bát Sushi cá kiếm ướp miso 75
33. Tô Sushi Tôm Hùm Bơ 77
34. Sushi cá ngừ dưa hấu 79
35. Tô Sushi Cua Vỏ Mềm 81
36. Sushi Mahi-Mahi nướng và dứa 83

BÁT SUSHI RAU CỦ 85

37. Tô Sushi Đậu Hủ Rau Củ 86
38. Bát Sushi Tempeh 88
39. Bát nấm phủ mè 91
40. Bát Sushi Đậu Phụ General Tso 94
41. Bát Poké Sashimi cà chua 97
42. Bát Sushi chay sốt Tahini 100
43. Cơm rong biển 103
44. Bát xào Sushi 105
45. Tô Sushi Đậu Hủ Chiên Giòn 107
46. Bát Sushi Ratatouille 110
47. Bát Sushi Bơ 112
48. Bát Sushi Trứng, Phô Mai Và Đậu Xanh 114
49. Bát Sushi bơ đậu xanh 116

BÁT SUSHI TRÁI CÂY 118

50. Bát Sushi Đào 119
51. Cốc Sushi Màu Cam 121
52. Bát Sushi Trái Cây Thiên Đường Nhiệt Đới 123
53. Bát Sushi Trái Cây Berry Bliss 125
54. Bát Sushi trái cây Citrus Delight 127
55. Bát Sushi Socola Trái Cây Chuối 129
56. Bát Sushi trái cây cuộn quế 131
57. Bát Sushi Trái Cây Kiwi Dâu Bạc Hà 133
58. Bát Sushi Trái Cây Pina Colada 135
59. Bát Sushi Trái Cây Xoài Bliss 137

BÁ THỊT BÒ SUSHI 139

60. Cơm Sushi Bò Teriyaki 140
61. Cơm Sushi Bò Bulgogi Hàn Quốc 142
62. Bát Sushi Bò Húng Quế Thái 144
63. Tô Sushi Bò Sriracha Cay 146
64. Bát Sushi bít tết chanh tỏi 148
65. Bát Sushi Bò Ngò chanh 150
66. Tô Sushi Bò Chipotle Khói 152
67. Cơm Sushi Bò Hoisin-Gừng 154
68. Bát Sushi bít tết và bơ 156
69. Tô Sushi Bò Mè Gừng 158
70. Bát Sushi Tempura Bò Giòn 160
71. Bát Sushi Fajita Bò Mexico 162
72. Philly Cheesesteak Sushi Bowl 164
73. Tô Sushi Bò Xoài Tango 166
74. Bát Sushi Bò Satay 168

BÁ THỊT SUSHI 170

75. Bát Sushi Giăm Bông Và Đào 171
76. Bát Sushi Sườn Nướng 173
77. Cơm Sushi Thịt Heo Teriyaki 175
78. Tô Sushi Thịt Heo Sriracha Cay 177
79. Cơm Sushi Thịt Heo Gừng Dứa 179
80. Cơm Sushi Thịt Heo BBQ Hàn Quốc 181
81. Bát Sushi Thịt Húng Quế Thái Lan 183
82. Cơm Sushi Thịt Heo Kéo BBQ 185
83. Bát Sushi Thịt Heo Táo Táo 187
84. Bát Sushi Thịt Heo Mù Tạt Mật Ong 189
85. Cơm Sushi cuộn heo cay 191
86. Cơm Sushi Bibimbap Thịt Heo 193
87. Bát Sushi Thịt nguội và Thơm 195
88. Bát Sushi Thịt Xông Khói Bơ 197
89. Bát Sushi ăn sáng xúc xích và trứng 199

BÁT SUSHI GIA CẦM 201

90. Bát Sushi Gà Teriyaki 202
91. Cơm Sushi Gà Salsa Xoài 204
92. Bát Sushi Gà chanh ớt ngọt 206

93. Bát Sushi Thổ Nhĩ Kỳ tráng men cam gừng 208
94. Bát Sushi Vịt 210
95. Bát Sushi gà chanh đậu đen 212
96. Bát Sushi Thổ Nhĩ Kỳ BBQ 214
97. Cơm Sushi Gà Gừng Mè 216
98. Bát Sushi Cá Hồi Bơ Gà 218
99. Bát Sushi Vị Xoài Thổ Nhĩ Kỳ 220
100. Bát Sushi Gà Tempura Giòn 222

KẾT LUẬN 224

GIỚI THIỆU

Chào mừng bạn đến với "Cẩm nang về bát sushi thanh lịch", hướng dẫn chính xác để nâng cao trải nghiệm thưởng thức bát sushi của bạn với 100 bát đầy niềm vui. Cuốn sổ tay này tôn vinh sự sáng tạo, hương vị và nghệ thuật chế biến những chiếc bát sushi không chỉ ngon mà còn được trình bày trang nhã. Hãy tham gia cùng chúng tôi trong hành trình ẩm thực biến trải nghiệm sushi truyền thống thành một bát niềm vui thú vị.

Hãy tưởng tượng một chiếc bàn được trang trí bằng những chiếc bát sushi đầy màu sắc và được sắp xếp một cách nghệ thuật, mỗi chiếc là một kiệt tác về hương vị và kết cấu. "Cẩm nang về Bát Sushi Thanh lịch" không chỉ là tập hợp các công thức nấu ăn; đó là sự khám phá các nguyên liệu, cách trình bày và niềm vui khi tạo ra trải nghiệm tô sushi được cá nhân hóa. Cho dù bạn là người đam mê sushi dày dạn hay mới làm quen với thế giới sushi, những công thức này được tạo ra để truyền cảm hứng cho bạn tưởng tượng lại và nâng cao cuộc phiêu lưu với bát sushi của mình.

Từ các nguyên liệu sushi cổ điển cho đến sự kết hợp sáng tạo, mỗi bát sushi là sự tôn vinh sự tươi mát, cân bằng và sang trọng mà bát sushi mang đến cho bàn ăn của bạn. Cho dù bạn đang tổ chức một đêm sushi với bạn bè hay tận hưởng một cuộc phiêu lưu ẩm thực một mình, cuốn sổ tay này là nguồn tài liệu cần thiết để bạn tạo ra những bát sushi vừa đẹp mắt vừa ấn tượng về mặt thị giác.

Hãy tham gia cùng chúng tôi khi chúng tôi đi sâu vào thế giới của những chiếc bát sushi trang nhã, nơi mỗi sáng tạo là một minh chứng cho niềm vui và tính nghệ thuật của trải nghiệm ẩm thực được yêu thích này. Vì vậy, hãy đeo tạp dề vào, thỏa sức sáng tạo và bắt tay vào một cuộc hành trình đầy hương vị thông qua "Cẩm nang về bát Sushi thanh lịch".

BÁT SUSHI ĐƯỢC CẤU TRÚC

1.Bát Sushi cuộn California được giải cấu trúc

THÀNH PHẦN:
- 1 chén cơm sushi đã nấu chín
- 1/2 chén cua giả hoặc cua thật, thái nhỏ
- 1/2 quả bơ, thái lát
- 1/4 quả dưa chuột, thái hạt lựu
- Hạt mè để trang trí
- Dải Nori để phủ topping
- Nước tương và gừng ngâm để phục vụ

HƯỚNG DẪN:
a) Trải cơm sushi đã nấu chín vào tô.
b) Xếp cua cắt nhỏ, lát bơ và dưa chuột thái sợi lên trên.
c) Rắc hạt vừng để trang trí.
d) Top với dải nori.
e) Ăn kèm với nước tương và gừng ngâm.
f) Thưởng thức bát sushi cuộn California đã được giải mã!

2.Bát Sushi cá ngừ cay được giải mã

THÀNH PHẦN:
- 1 chén cơm sushi đã nấu chín
- 1/2 chén cá ngừ cay, xắt nhỏ
- 1/4 chén đậu edamame, hấp
- 1/4 chén củ cải, thái lát mỏng
- Sriracha mayo cho mưa phùn
- Những lát bơ để trang trí
- Hạt mè để làm topping

HƯỚNG DẪN:

a) Trải cơm sushi đã nấu chín vào tô.
b) Đặt cá ngừ cay xắt nhỏ, đậu edamame hấp và củ cải thái lát lên trên.
c) Rưới Sriracha mayo lên bát.
d) Trang trí với những lát bơ và rắc hạt vừng.
e) Thưởng thức bát sushi cá ngừ cay đã được giải mã!

3.Bát Sushi cuộn rồng được giải cấu trúc

THÀNH PHẦN:
- 1 chén cơm sushi đã nấu chín
- 1/2 chén lươn, nướng và thái lát
- 1/4 cốc bơ, thái lát
- 1/4 cốc dưa chuột, thái hạt lựu
- Nước lươn để chấm
- Tobiko (trứng cá) để phủ lên trên
- Gừng ngâm để phục vụ

HƯỚNG DẪN:
a) Trải cơm sushi đã nấu chín vào tô.
b) Xếp các lát lươn nướng, bơ và dưa chuột thái sợi lên trên.
c) Rưới nước sốt lươn lên trên tô.
d) Đầu với tobiko.
e) Ăn kèm với gừng ngâm ở bên cạnh.
f) Thưởng thức bát sushi cuộn Rồng đã được giải mã!

4.Bát Sushi cá hồi cay được giải cấu trúc

THÀNH PHẦN:
- 1 chén cơm sushi đã nấu chín
- 1/2 chén cá hồi cay, thái hạt lựu
- 1/4 cốc xoài, thái hạt lựu
- 1/4 cốc dưa chuột, thái hạt lựu
- Mayo cay cho mưa phùn
- Hành xanh để trang trí
- Hạt mè để làm topping

HƯỚNG DẪN:
a) Trải cơm sushi đã nấu chín vào tô.
b) Đặt cá hồi cay thái hạt lựu, xoài thái hạt lựu và dưa chuột thái hạt lựu lên trên.
c) Rưới mayo cay lên bát.
d) Trang trí với hành lá xắt nhỏ và rắc hạt vừng.
e) Thưởng thức bát sushi cá hồi cay đã được giải mã!

5.Bát Sushi cuộn cầu vồng được cấu trúc lại

THÀNH PHẦN:
- 1 chén cơm sushi đã nấu chín
- 1/2 chén cua hoặc cua giả, thái nhỏ
- 1/4 cốc bơ, thái lát
- 1/4 cốc dưa chuột, thái hạt lựu
- 1/4 cốc cà rốt, thái hạt lựu
- 1/4 cốc xoài, thái lát
- Dải Nori để phủ topping
- Nước tương và gừng ngâm để phục vụ

HƯỚNG DẪN:
a) Trải cơm sushi đã nấu chín vào tô.
b) Xếp cua cắt nhỏ, lát bơ, dưa chuột thái sợi, cà rốt và xoài lên trên.
c) Top với dải nori.
d) Ăn kèm với nước tương và gừng ngâm.
e) Thưởng thức tô sushi Rainbow Roll đầy màu sắc và được giải mã!

6.Bát Sushi Tempura Tôm đã được phân hủy

THÀNH PHẦN:
- 1 chén cơm sushi đã nấu chín
- 1/2 chén tempura tôm, thái lát
- 1/4 cốc bơ, thái lát
- 1/4 cốc dưa chuột, thái hạt lựu
- 1/4 chén củ cải, thái lát mỏng
- Nước chấm tempura cho mưa phùn
- Hạt mè để trang trí

HƯỚNG DẪN:
a) Trải cơm sushi đã nấu chín vào tô.
b) Đặt tôm tempura thái lát, bơ, dưa chuột thái sợi và củ cải thái lát lên trên.
c) Rưới nước sốt tempura lên trên bát.
d) Rắc hạt vừng để trang trí.
e) Thưởng thức bát sushi tempura tôm đã được giải mã!

7.Bát Sushi cuộn Philly đã được giải cấu trúc

THÀNH PHẦN:
- 1 chén cơm sushi đã nấu chín
- 1/2 chén cá hồi hun khói, thái lát
- 1/4 cốc phô mai kem, làm mềm
- 1/4 cốc dưa chuột, thái hạt lựu
- 1/4 chén hành đỏ, thái lát mỏng
- Tất cả mọi thứ gia vị bánh mì tròn cho topping
- Nụ bạch hoa để trang trí

HƯỚNG DẪN:
a) Trải cơm sushi đã nấu chín vào tô.
b) Xếp cá hồi hun khói thái lát, phô mai kem mềm, dưa chuột thái sợi và hành đỏ thái mỏng lên trên.
c) Rắc mọi thứ gia vị làm bánh mì tròn lên trên.
d) Trang trí với nụ bạch hoa.
e) Thưởng thức bát sushi Philly Roll đã được giải mã!

8.Bát Sushi cuộn nổ được cấu trúc lại

THÀNH PHẦN:
- 1 chén cơm sushi đã nấu chín
- 1/2 chén tôm chiên tempura hoặc nấu chín
- 1/4 chén mayo cay
- 1/4 cốc bơ, thái hạt lựu
- 1/4 cốc dưa chuột, thái hạt lựu
- Tobiko (trứng cá) để phủ lên trên
- Hành xanh để trang trí

HƯỚNG DẪN:
a) Trải cơm sushi đã nấu chín vào tô.
b) Đặt tôm chiên tempura hoặc tôm nấu chín lên trên.
c) Rưới mayo cay lên bát.
d) Thêm bơ và dưa chuột thái hạt lựu.
e) Đầu với tobiko.
f) Trang trí với hành lá xắt nhỏ.
g) Thưởng thức bát sushi Dynamite Roll đã được giải cấu trúc!

9.Bát Sushi cuộn chay đã được giải cấu trúc

THÀNH PHẦN:
- 1 chén cơm sushi đã nấu chín
- 1/2 chén đậu phụ, cắt miếng và chiên
- 1/4 cốc bơ, thái lát
- 1/4 cốc dưa chuột, thái hạt lựu
- 1/4 cốc cà rốt, thái hạt lựu
- 1/4 chén ớt chuông đỏ, thái lát mỏng
- Nước tương và dầu mè
- Hạt mè để trang trí

HƯỚNG DẪN:
a) Trải cơm sushi đã nấu chín vào tô.
b) Đặt đậu phụ áp chảo, lát bơ, dưa chuột thái sợi, cà rốt và ớt chuông đỏ thái lát lên trên.
c) Rắc hỗn hợp nước tương và dầu mè để làm nước sốt.
d) Rắc hạt vừng để trang trí.
e) Thưởng thức bát sushi Veggie Roll đã được giải cấu trúc, một lựa chọn sảng khoái và làm từ thực vật!

BÁ SUSHI CÁ VÀ HẢI SẢN

10. Kaisen (Sashimi tươi trên bát cơm)

THÀNH PHẦN:
- 800 g (5 cốc) cơm sushi đã được tẩm gia vị

đứng đầu
- 240 g (8½ oz) cá hồi chất lượng sashimi
- 160 g (5½ oz) cá ngừ chất lượng sashimi
- 100 g (3½ oz) cá vược chất lượng sashimi
- 100 g (3½ oz) tôm nấu chín
- 4 củ cải đỏ, thái nhỏ
- 4 lá tía tô
- 40 g (1½ oz) trứng cá hồi

PHỤC VỤ
- gừng ngâm
- dán mù tạt
- xì dầu

HƯỚNG DẪN:
a) Cắt phi lê cá hồi thành 16 lát, cá ngừ và cá vược thành 12 lát. Hãy nhớ cắt ngang thớ để đảm bảo cá mềm.
b) Để phục vụ, hãy chia cơm sushi vào bốn bát riêng lẻ và làm phẳng bề mặt cơm. Xếp cá hồi, cá ngừ, cá vược và tôm (tôm) lên trên, xếp thành từng lát chồng lên nhau.
c) Trang trí với củ cải đỏ thái nhỏ, lá tía tô và trứng cá hồi.
d) Ăn kèm với gừng ngâm như một chất tẩy rửa vòm miệng, wasabi và nước tương để nếm thử.

11. Cá thu hun khói Chirashi

THÀNH PHẦN:
- ½ quả dưa chuột
- ¼ thìa cà phê muối mịn
- 200 g (7 oz) phi lê cá thu hun khói, không xương, không da
- 40 g (1½ oz) gừng ngâm, thái nhỏ
- 1 củ hành lá (hành lá), thái nhỏ
- 2 thìa cà phê thì là thái nhỏ
- 2 thìa canh mè trắng rang
- 800 g (5 cốc) cơm sushi đã được tẩm gia vị
- 1 tờ nori, xé thành từng miếng
- nước tương đen, để phục vụ

HƯỚNG DẪN:
a) Cắt dưa chuột càng mỏng càng tốt và rắc muối. Chà nhẹ dưa chuột và để trong 10 phút. Điều này sẽ giúp loại bỏ lượng nước dư thừa khỏi dưa chuột để giữ cho dưa chuột được giòn.
b) Dùng tay vắt bớt nước thừa trong dưa chuột.
c) Cắt cá thu hun khói thành từng miếng nhỏ.
d) Thêm dưa chuột, cá thu hun khói, gừng ngâm, hành lá (hành lá), thì là và hạt vừng trắng vào cơm. Trộn đều để trải đều các nguyên liệu.
e) Dọn vào từng bát riêng lẻ hoặc một bát lớn để chia sẻ. Rắc nori và rưới lên nước tương đen để nếm thử.

12. Oyakodo (Cá hồi và trứng cá hồi)

THÀNH PHẦN:
- 400 g (2½ cốc) cơm sushi đã được tẩm gia vị

đứng đầu
- 400 g (14 oz) cá hồi chất lượng sashimi
- 200 g (7 oz) trứng cá hồi ướp
- 4 lá tía tô non
- lát chanh hoặc chanh

PHỤC VỤ
- gừng ngâm
- dán mù tạt
- xì dầu
- dải nori (tùy chọn)

HƯỚNG DẪN:

a) Cắt cá hồi thành lát mỏng. Hãy nhớ cắt ngang thớ để đảm bảo cá mềm.

b) Đặt cơm sushi vào bốn bát riêng lẻ và làm phẳng bề mặt cơm. Phủ sashimi cá hồi và trứng cá hồi lên trên. Trang trí với lá tía tô non và lát chanh hoặc chanh.

c) Ăn kèm với gừng ngâm như một chất tẩy rửa vòm miệng, wasabi và nước tương để nếm thử. Nếu muốn, hãy rắc dải nori để có thêm hương vị.

13.Bát Sushi Tôm Hùm Cay

THÀNH PHẦN:
- 1½ cốc (300 g) cơm Sushi truyền thống đã được chuẩn bị sẵn
- 1 muỗng cà phê củ gừng tươi nghiền mịn
- Một chiếc đuôi tôm hùm hấp 8 oz (250 g), bỏ vỏ và cắt thành từng miếng huy chương
- 1 quả kiwi, gọt vỏ và cắt thành lát mỏng
- 2 thìa cà phê hành lá băm nhỏ (hành lá), chỉ lấy phần xanh
- Một nắm củ cải daikon cắt xoắn ốc
- 2 nhánh rau mùi tươi (dải ngò)
- 2 thìa nước ép thanh long hoặc nhiều hơn tùy khẩu vị

HƯỚNG DẪN:

a) Chuẩn bị cơm Sushi và nước ép rồng.

b) Làm ướt đầu ngón tay trước khi chia cơm Sushi vào hai bát nhỏ. Nhẹ nhàng dàn phẳng bề mặt cơm trong mỗi tô. Dùng thìa phết ½ thìa cà phê củ gừng tươi bào lên cơm trong mỗi bát.

c) Chia đôi huy chương tôm hùm và quả kiwi. Xếp xen kẽ một nửa lát tôm hùm với một nửa lát trái kiwi lên cơm trong một bát, chừa lại một khoảng trống nhỏ. Lặp lại mô hình trong bát khác. Đặt 1 thìa cà phê hành lá băm nhỏ gần phía trước mỗi bát. Chia củ cải daikon cắt xoắn ốc vào hai bát, lấp đầy khoảng trống.

d) Để phục vụ, đặt một nhánh rau mùi tươi trước củ cải daikon trong mỗi bát. Múc 1 thìa nước ép thanh long lên tôm hùm và quả kiwi trong mỗi bát.

14.Bát Sushi Cá Ngừ Bơ

THÀNH PHẦN:
- 1 quả bơ, gọt vỏ và bỏ hạt
- nước ép mới vắt của 1 quả chanh
- 800 g (5 cốc) cơm sushi nâu đã được tẩm gia vị
- 1 củ hẹ hoặc hành đỏ, thái nhỏ và ngâm trong nước
- một nắm lá trộn salad
- 2 muỗng canh hẹ tây (tùy chọn)

CÁ NGỪ
- 1 muỗng canh tỏi băm
- 1 muỗng canh gừng xay
- 2 muỗng canh dầu thực vật
- 500 g (1 lb 2 oz) bít tết cá ngừ chất lượng sashimi muối biển và hạt tiêu đen mới xay

CÁCH ĂN MẶC
- 4 muỗng canh giấm gạo
- 4 muỗng canh nước tương nhẹ
- 4 thìa mirin
- 4 muỗng cà phê dầu mè nướng
- nước ép mới vắt của 1 quả chanh
- 1 thìa cà phê đường
- một nhúm muối

HƯỚNG DẪN:
a) Để chế biến cá ngừ, trộn tỏi, gừng và dầu trong một bát nhỏ. Trải hỗn hợp này lên cả hai mặt của mỗi miếng bít tết cá ngừ, sau đó nêm muối và hạt tiêu.
b) Làm nóng chảo nướng cho nóng rồi áp chảo bít tết cá ngừ trong 1 phút mỗi mặt cho chín tái.
c) Để cá ngừ nguội rồi cắt thành khối vuông 2 cm (¾ inch).
d) Để làm nước sốt, kết hợp tất cả các thành phần.
e) Cắt bơ thành khối lớn, sau đó vắt nước cốt chanh lên trên để thịt bơ không bị chuyển sang màu nâu.
f) Đặt cơm sushi màu nâu vào bát và đặt các khối cá ngừ, bơ, hẹ tây hoặc hành tím và các loại lá trộn lên trên. Đổ nước sốt lên trên ngay trước khi phục vụ. Phủ thêm hẹ tây nếu dùng để tăng thêm độ giòn.

15. Bát Sushi Cá Hồi Và Bơ Tươi

THÀNH PHẦN:
- 1½ cốc (300 g) cơm Sushi truyền thống đã được chuẩn bị sẵn
- ¼ củ đậu nhỏ, gọt vỏ và cắt thành que diêm
- ½ quả ớt jalapeño, bỏ hạt và thái nhỏ
- Nước cốt ½ quả chanh
- 4 muỗng canh cơm Sushi Sốt
- 6 oz (200 g) cá hồi tươi, cắt thành lát
- ¼ quả bơ, gọt vỏ, bỏ hạt và cắt thành lát mỏng
- 2 thìa canh trứng cá hồi (ikura), tùy chọn
- 2 nhánh rau mùi tươi (ngò), để trang trí

HƯỚNG DẪN:

a) Chuẩn bị cơm Sushi và nước sốt cơm Sushi.

b) Trộn que diêm jicama, ớt jalapeño cắt nhỏ, nước cốt chanh và Sốt cơm Sushi trong một chiếc bát nhỏ phi kim loại. Để hương vị hòa quyện trong ít nhất 10 phút. Xả chất lỏng ra khỏi hỗn hợp jicama.

c) Tập hợp 2 bát nhỏ. Làm ướt đầu ngón tay trước khi thêm ¾ cốc (150 g) cơm Sushi vào mỗi bát. Nhẹ nhàng làm phẳng bề mặt gạo. Xếp ½ củ đậu đã ướp lên trên mỗi bát. Chia các lát cá hồi và bơ vào giữa 2 bát, sắp xếp từng lát thành hình hấp dẫn trên cơm. Thêm 1 muỗng canh trứng cá hồi, nếu dùng, vào mỗi bát.

d) Để phục vụ, đặt một nhánh rau mùi tươi và sốt Ponzu lên trên mỗi bát. xì dầu.

16. Cá Hồi Bơ Và Sốt Mè

THÀNH PHẦN:
- 1 muỗng canh dầu mè nướng
- 2 muỗng canh dầu thực vật
- 1 muỗng canh hạnh nhân thái lát (cắt nhỏ)
- 2 tép tỏi, thái lát mỏng
- 2 thìa cà phê gừng thái nhỏ
- 3 muỗng canh nước tương đen
- 2 thìa mirin
- 2 thìa canh mè trắng rang
- 800 g (5 cốc) cơm sushi đã được tẩm gia vị
- 500 g (1 lb 2 oz) cá hồi sashimi chất lượng cao, cắt thành khối
- 1 quả bơ, cắt thành khối 2 cm (¾-in) và cho vào 1 thìa cà phê nước cốt chanh mới vắt để chúng không bị chuyển sang màu nâu
- 2 củ cải đỏ, thái lát mỏng
- nước sốt mè
- một nắm lá xà lách

HƯỚNG DẪN:

a) Cho dầu mè và dầu thực vật vào chảo trên lửa vừa. Khi nó nóng (nhưng chưa đến mức bốc khói cao), hãy thêm hạnh nhân và tỏi vào và chiên cho đến khi vàng. Nếu có thể, hãy nghiêng chảo để gom dầu vào một góc chảo vì điều này giúp chín đều và nhanh chóng. Cẩn thận không để tỏi hoặc hạnh nhân bị cháy, nếu không chúng sẽ bị đắng.

b) Tắt lửa và lấy tỏi và hạnh nhân ra khỏi chảo. Xả dầu ra khỏi chảo bằng khăn giấy.

c) Cho gừng vào chảo khi dầu còn nóng. Gừng sẽ chín ở nhiệt độ còn sót lại.

d) Khi dầu nguội, thêm nước tương đen, mirin và hạt vừng rang vào.

e) Đặt cơm sushi vào tô, đặt cá hồi, bơ và củ cải đỏ lên trên. Thêm lá salad và rưới nước sốt lên trên ngay trước khi dùng.

17.Bát Sushi Sò Điệp Dynamite

THÀNH PHẦN:
- 2 cốc (400 g) cơm Sushi truyền thống đã được chuẩn bị sẵn
- 2 thìa cà phê hành lá băm nhỏ (hành lá), chỉ lấy phần xanh
- ¼ dưa chuột Anh (dưa chuột Nhật), bỏ hạt và thái hạt lựu nhỏ
- 2 thanh cua giả kiểu chân, cắt nhỏ
- 8 oz (250 g) sò điệp tươi, bóc vỏ, nấu chín và giữ ấm
- 4 muỗng canh sốt Mayonnaise cay hoặc nhiều hơn tùy khẩu vị
- 2 thìa cà phê hạt vừng rang

HƯỚNG DẪN:

a) Chuẩn bị cơm Sushi và sốt Mayonnaise cay.
b) Tập hợp 4 ly martini. Đặt ½ thìa cà phê hành lá thái nhỏ vào đáy mỗi ly.
c) Đặt cơm Sushi và dưa chuột thái hạt lựu vào một cái bát nhỏ. Trộn đều.
d) Làm ướt đầu ngón tay trước khi chia hỗn hợp cơm và dưa chuột vào mỗi ly. Nhẹ nhàng làm phẳng bề mặt gạo.
e) Chia thanh cua cắt nhỏ vào giữa các ly. Thêm ¼ số sò điệp còn ấm vào mỗi ly.
f) Đổ một thìa sốt Mayonnaise cay lên trên mỗi ly. Dùng đèn khò để đun sốt Mayonnaise cay cho đến khi sủi bọt, khoảng 15 giây.
g) Rắc ½ thìa cà phê hạt mè rang lên trên mỗi ly trước khi dùng.

18. Sushi Thanh Long và Cá Hồi

THÀNH PHẦN:
- 1 quả thanh long
- 1 pound cá hồi loại sushi, cắt khối
- ½ chén dưa chuột thái lát
- ½ cốc bơ cắt lát
- ¼ chén hành lá thái lát
- 2 muỗng canh nước tương
- 2 muỗng canh giấm gạo
- 1 muỗng canh dầu mè
- Muối và hạt tiêu cho vừa ăn
- Cơm Sushi nấu truyền thống để phục vụ

HƯỚNG DẪN:
a) Cắt đôi quả thanh long và nạo lấy phần thịt.
b) Trong một tô lớn, trộn cá hồi, dưa chuột, bơ và hành lá.
c) Trong một bát riêng, trộn đều nước tương, giấm gạo, dầu mè, muối và hạt tiêu.
d) Gấp nước sốt vào hỗn hợp cá hồi cho đến khi kết hợp tốt.
e) Gấp thịt thanh long vào.
f) Ăn kèm cơm đã nấu chín.

19. Bát Sushi Cá Ngừ Xoài

THÀNH PHẦN:
- 60 ml nước tương (¼ cốc + 2 thìa canh)
- 30ml dầu thực vật (2 thìa canh)
- 15ml dầu mè (1 thìa canh)
- 30ml mật ong (2 thìa canh)
- 15 ml Sambal Oelek (1 muỗng canh, xem ghi chú)
- 2 thìa cà phê gừng tươi bào sợi (xem ghi chú)
- 3 củ hành lá, thái lát mỏng (phần trắng và xanh)
- 454 gram cá ngừ ahi loại sushi (1 pound), thái hạt lựu thành miếng ¼ hoặc ½ inch
- 2 chén cơm sushi, nấu theo hướng dẫn trên bao bì (có thể thay thế bằng bất kỳ loại gạo hoặc ngũ cốc nào khác)

TOPPING TÙY CHỌN:
- Bơ cắt lát
- Dưa chuột cắt lát
- đậu nành
- Gừng ngâm
- Xoài cắt hạt lựu
- Khoai tây chiên hoặc hoành thánh chiên giòn
- Hạt mè

HƯỚNG DẪN:
a) Trong một tô vừa, trộn đều nước tương, dầu thực vật, dầu mè, mật ong, Sambal Oelek, gừng và hành lá.
b) Thêm cá ngừ thái hạt lựu vào hỗn hợp và đảo đều. Để hỗn hợp ướp trong tủ lạnh ít nhất 15 phút hoặc tối đa 1 giờ.
c) Để phục vụ, hãy múc cơm sushi vào bát, đặt cá ngừ đã ướp lên trên và thêm các loại đồ ăn kèm mà bạn mong muốn.
d) Sẽ có thêm nước sốt để rưới lên trên; phục vụ nó ở bên cạnh.

20.Sushi cá ngừ cay

THÀNH PHẦN:
ĐỐI VỚI CÁ NGỪ:
- 1/2 pound cá ngừ loại sushi, cắt thành khối 1/2 inch
- 1/4 chén hành lá thái lát
- 2 muỗng canh nước tương ít natri hoặc tamari không chứa gluten
- 1 muỗng cà phê dầu mè
- 1/2 thìa cà phê tương ớt Sriracha

ĐỐI VỚI MAYO CAY:
- 2 muỗng canh sốt mayonnaise nhẹ
- 2 thìa cà phê sốt sriracha

ĐỐI VỚI BÁT:
- 1 chén cơm Sushi truyền thống hạt ngắn nấu chín hoặc cơm trắng sushi
- 1 cốc dưa chuột, gọt vỏ và cắt thành khối 1/2 inch
- 1/2 quả bơ Hass vừa (3 ounce), thái lát
- 2 hành lá, thái lát để trang trí
- 1 muỗng cà phê hạt vừng đen
- Đậu nành giảm natri hoặc tamari không chứa gluten, để phục vụ (tùy chọn)
- Sriracha, để phục vụ (tùy chọn)

HƯỚNG DẪN:
a) Trong một bát nhỏ, trộn sốt mayonnaise và sriracha, pha loãng với một ít nước để rưới lên.
b) Trong một bát vừa, kết hợp cá ngừ với hành lá, nước tương, dầu mè và sriracha. Nhẹ nhàng trộn đều và đặt sang một bên trong khi chuẩn bị bát.
c) Trong hai bát, xếp một nửa cơm, một nửa cá ngừ, bơ, dưa chuột và hành lá.
d) Rắc mayo cay và rắc hạt vừng. Ăn kèm thêm nước tương nếu muốn.
e) Hãy thưởng thức hương vị đậm đà và cay nồng của Bát Sushi Cá Ngừ Cay ngon lành này!

21. Bát Sushi Cá Hồi Shoyu và Mayo Cay

THÀNH PHẦN:
- 10 oz Cá hồi hoặc cá ngừ loại Sashimi, cắt thành khối vừa ăn và chia làm đôi
- 2 phần cơm Sushi
- Gia vị Furikake

Ướp SHOYU CHO 5OZ CÁ:
- 1 muỗng canh nước tương Nhật Bản
- ½ muỗng cà phê dầu mè
- ½ Muỗng Cà Phê Hạt Vừng Rang
- 1 củ hành xanh, xắt nhỏ
- ¼ củ hành ngọt nhỏ, thái lát mỏng (tùy chọn)

MAYO cay cho 5oz cá:
- 1 muỗng canh sốt Mayonnaise Kewpie
- 1 Muỗng Nước Tương Ớt Ngọt
- ¼ Muỗng cà phê Sriracha
- ¼ thìa cà phê dầu ớt La-Yu hoặc dầu mè
- Một nhúm muối biển
- 1 củ hành xanh, xắt nhỏ
- 1 muỗng cà phê Tobiko, tùy chọn

Ý TƯỞNG ĐỨNG ĐẦU:
- Đậu nành đã bóc vỏ
- Trái bơ
- Salad cua cay
- Dưa leo Nhật thái lát mỏng
- Salad rong biển
- Củ cải, thái mỏng
- Masago
- Gừng ngâm
- mù tạt
- Hành Chiên Giòn
- Mầm củ cải
- Shichimi Togarashi

HƯỚNG DẪN:
SHOYU MƯA:

a) Trong một bát, trộn Nước tương Nhật Bản, Dầu mè, Hạt vừng rang, Hành lá xắt nhỏ, Hành ngọt thái lát (tùy chọn) và 5 oz cá hồi cắt khối.
b) Trộn đều và cho vào tủ lạnh trong khi chuẩn bị các nguyên liệu khác.

MAYO cay:

c) Trong tô, trộn Kewpie Mayonnaise, Tương ớt ngọt, Sriracha, Dầu ớt La-Yu, một chút muối biển, Hành lá cắt nhỏ. Điều chỉnh mức độ gia vị theo khẩu vị bằng cách thêm nhiều Sriracha nếu muốn. Thêm 5 oz cá hồi cắt khối, trộn đều và cho vào tủ lạnh.

CUỘC HỌP:

d) Cho cơm vào hai tô, rắc Gia vị Furikake.
e) Top cơm với Cá hồi Shoyu, Cá hồi Mayo cay, Dưa chuột, Bơ, Củ cải, Edamame và bất kỳ loại đồ phủ ưa thích nào khác.

22.Bát Sushi Giả Cua California s

THÀNH PHẦN:
- 2 chén cơm sushi
- 1 gói snack rong biển nướng
- 1 chén thịt giả cua
- ½ quả xoài
- ½ quả bơ
- ½ cốc dưa chuột kiểu Anh
- ¼ cốc jalapeno, thái hạt lựu
- 4 muỗng canh mayo cay
- 3 muỗng canh giấm gạo
- 2 muỗng canh men balsamic
- 1 muỗng canh hạt vừng

HƯỚNG DẪN:
a) Nấu cơm theo hướng dẫn trên bao bì. Sau khi nấu chín, khuấy giấm gạo và đặt nó vào bát của bạn.
b) Cắt xoài và rau thật nhuyễn. Cắt lát ớt jalapenos để có vị giòn cay. Xếp chúng lên trên cơm.
c) Cho thịt giả cua thái hạt lựu vào tô.
d) Rưới sốt mayo cay và men balsamic lên bát để tăng thêm hương vị. Phủ hạt vừng và dải rong biển lên trên.
e) Thưởng thức!

23. Bát Sushi Cua Cay

THÀNH PHẦN:
CƠM SUSHI:
- 1 chén cơm sushi hạt ngắn
- 2 muỗng canh giấm gạo
- 1 thìa cà phê đường

NƯỚC SỐT TÔ SUSHI:
- 1 muỗng canh đường nâu
- 3 thìa mirin
- 2 muỗng canh giấm gạo
- 3 muỗng canh nước tương
- ¼ thìa cà phê bột bắp

SALAD CUA CAY:
- 8 ounce thịt cua giả, thái nhỏ hoặc thái nhỏ
- ⅓ cốc sốt mayonnaise (kiểu Nhật nếu có)
- 2 muỗng canh sriracha, nhiều hay ít tùy khẩu vị

BÁ SUSHI (SỬ DỤNG BẤT KỲ LOẠI NÀO BẠN THÍCH):
- Gỏi rong biển
- Hành lá thái lát
- dưa chuột thái lát
- Cà rốt thái sợi
- Bơ cắt khối
- Lá rau bina tươi
- Củ cải ngâm hoặc các loại dưa chua Nhật khác
- dầu mè
- Hạt mè

HƯỚNG DẪN:
CHUẨN BỊ CƠM SUSHI:
a) Nấu cơm sushi theo hướng dẫn trên bao bì. Sau khi nấu chín, rắc giấm gạo và đường. Nhẹ nhàng khuấy để kết hợp. Để cơm nguội một chút.

LÀM NƯỚC SỐT TÔ SUSHI:
b) Đánh đều đường nâu, mirin, giấm gạo, nước tương và bột ngô trong chảo lạnh. Đun nóng nước sốt trên lửa vừa, đun nhỏ lửa và đun nhỏ lửa trong một phút. Khuấy trong quá trình này. Tắt lửa và để nước sốt nguội trong khi chuẩn bị các nguyên liệu tô khác.

CHUẨN BỊ GỎI CUA CAY:

c) Trong một cái bát, trộn thịt giả cua, sốt mayonnaise và sriracha. Điều chỉnh sriracha hoặc mayo theo ý thích của bạn.
d) Làm lạnh trước khi dùng.

LẮP RÁP BÁ SUSHI:

e) Tạo lớp nền bằng cơm và/hoặc rau bina tươi trong bát nông. Phủ cua cay lên trên và các loại topping tùy thích.
f) Rưới nước sốt đã chuẩn bị lên các bát đã lắp ráp. Thêm một chút dầu mè và rắc hạt vừng để tăng thêm hương vị.
g) Ăn ngay với nguyên liệu nguội trên cơm ấm.

24.Sushi Tôm Kem Sriracha

THÀNH PHẦN:
ĐỐI VỚI BÁT SUSHI:
- 1 lb tôm nấu chín
- 1 tờ nori, cắt thành dải
- 1 quả bơ, thái lát
- 1 gói salad rong biển
- 1/2 quả ớt đỏ, thái hạt lựu
- 1/2 chén bắp cải đỏ, thái lát mỏng
- 1/3 chén ngò, thái nhỏ
- 2 muỗng canh hạt vừng
- 2 muỗng canh hoành thánh

ĐỐI VỚI CƠM SUSHI:
- 1 chén cơm sushi đã nấu chín (khoảng 1/2 chén cơm khô - xem gói để biết lượng nước, thường là 1 1/2 chén)
- 2 muỗng canh đường
- 2 muỗng canh giấm rượu gạo

ĐỐI VỚI SỐT KEM SRIRACHA:
- 1 muỗng canh tương ớt
- 1/2 cốc kem chua

ĐỐI VỚI BẮP SẢ:
- 1/2 chén ngô
- 1/2 cọng sả, thái lát mỏng
- 1 tép tỏi, băm nhỏ
- 1 muỗng canh nước tương

HƯỚNG DẪN:
CHUẨN BỊ CƠM SUSHI:
a) Nấu cơm sushi trong nồi cơm điện hoặc theo hướng dẫn trên bao bì. Khi nấu xong, thêm đường và giấm gạo vào, trộn đều.

SỐT KEM SRIRACHA:
b) Trộn sriracha và kem chua với nhau. Cho tôm vào nước sốt này. Dùng tôm đã luộc sẵn hoặc rã đông tôm sống đông lạnh rồi đun sôi trong nước khoảng 2-3 phút.

Bắp Sả:
c) Xào ngô, nước tương, tỏi và sả trên lửa vừa cao trong 5-6 phút cho đến khi chín.

LẮP RÁP BÁ SUSHI:

d) Thêm cơm sushi vào mỗi bát, sau đó xếp lớp với tôm và tất cả các loại đồ ăn kèm khác, bao gồm dải nori, lát bơ, salad rong biển, ớt đỏ thái hạt lựu, bắp cải đỏ thái lát mỏng, ngò, hạt mè và dải hoành thánh.

e) Trộn tất cả mọi thứ lại với nhau trong tô, đảm bảo tôm phủ kem sriracha được phân bổ đều.

25.Bát Sushi cá ngừ áp chảo

THÀNH PHẦN:
CHO BÁT
- 1 pound cá ngừ nướng và Tataki Irresistibles
- Cơm sushi

CHO MÓN ƯỚP
- ¼ chén hành ngọt, thái lát mỏng
- 1 củ hành lá, thái lát mỏng (khoảng ¼ cốc) và nhiều hơn để trang trí
- 2 tép tỏi, băm nhỏ
- 2 muỗng cà phê hạt mè đen, nướng và nhiều hơn nữa để trang trí
- 2 muỗng cà phê hạt điều (rang và không muối), cắt nhỏ và nướng
- 1 quả ớt đỏ xắt nhỏ và nhiều hơn để trang trí
- 3 muỗng canh nước tương
- 2 muỗng canh dầu mè
- 2 muỗng cà phê giấm gạo
- 1 muỗng cà phê nước cốt chanh
- 1 muỗng canh sriracha và nhiều hơn nữa để phục vụ
- ¼ thìa cà phê muối biển
- ½ muỗng cà phê ớt đỏ (tùy chọn)

LỰA CHỌN TRANG TRÍ BỔ SUNG
- Dưa chuột cắt lát
- Củ cải thái lát
- bắp cải thái lát
- Rong biển mảnh
- Bơ cắt nhỏ
- đậu nành

HƯỚNG DẪN:
a) Kết hợp tất cả các thành phần nước xốt trong một tô lớn và thêm các lát cá ngừ đã làm chín vào rồi trộn nhẹ nhàng để lớp phủ đều.
b) Đậy nắp và để lạnh trong 10-30 phút.
c) Lấy ra khỏi tủ lạnh và dọn lên trên cơm trắng cùng với bất kỳ đồ trang trí nào bạn muốn và một ít nước sốt nóng/sriracha bên cạnh.

26. Bát Sushi Tôm Dứa

THÀNH PHẦN:
- 1 lb tôm lớn, bóc vỏ và bỏ chỉ
- 1/4 chén nước tương
- 2 muỗng canh nước ép dứa
- 1 muỗng canh giấm gạo
- 1 thìa mật ong
- 1 cốc dứa thái hạt lựu
- 1 quả ớt chuông đỏ, thái lát mỏng
- 1/4 chén hành lá xắt nhỏ
- 2 chén cơm sushi đã nấu chín
- Hạt tiêu đỏ nghiền nát để trang trí

HƯỚNG DẪN:
a) Kết hợp nước tương, nước ép dứa, giấm gạo và mật ong để làm nước xốt.
b) Cho tôm vào nước ướp và để lạnh trong 20-30 phút.
c) Nấu tôm trong chảo cho đến khi có màu hồng và đục.
d) Tạo bát với cơm sushi làm đáy.
e) Phủ tôm nấu chín, dứa thái hạt lựu, ớt chuông đỏ thái lát và hành lá lên trên.
f) Trang trí với mảnh ớt đỏ nghiền nát và phục vụ.

27. Bát Sushi bạch tuộc và rong biển

THÀNH PHẦN:
- 1 lb bạch tuộc, nấu chín và thái lát
- 1/4 chén nước tương
- 2 muỗng canh mirin
- 1 muỗng canh dầu mè
- 1 muỗng cà phê tỏi băm
- 1 chén rong biển wakame, bù nước
- 1 củ cải, thái lát mỏng
- 2 chén cơm sushi đã nấu chín
- Dải Nori để trang trí

HƯỚNG DẪN:
a) Trộn đều nước tương, mirin, dầu mè và tỏi băm để làm nước xốt.
b) Cho bạch tuộc thái lát vào nước ướp và để trong tủ lạnh ít nhất 30 phút.
c) Sắp xếp các bát với cơm sushi làm nền.
d) Phủ bạch tuộc ướp, rong biển wakame đã bù nước và củ cải thái lát lên trên.
e) Trang trí với dải nori và phục vụ.

28.Bát Sushi đuôi vàng

THÀNH PHẦN:
- 1 lb cá đuôi vàng (hamachi), thái hạt lựu
- 1/4 chén nước sốt ponzu
- 1 muỗng canh dầu mè
- 1 muỗng cà phê nước cốt chanh tươi
- 1 muỗng cà phê mù tạt (tùy chọn)
- 1 cốc jicama, thái hạt lựu
- 1 cốc dưa chuột, thái lát
- 2 chén cơm sushi
- Những lát bơ để trang trí
- Rau mùi cắt nhỏ để trang trí

HƯỚNG DẪN:

a) Trong một cái bát, trộn nước sốt ponzu, dầu mè, nước cốt chanh và bột wasabi.

b) Cho đuôi vàng thái hạt lựu vào nước xốt và để trong tủ lạnh ít nhất 30 phút.

c) Tạo bát với cơm sushi làm đáy.

d) Phủ lên trên những lát cá đuôi vàng ướp, củ đậu, dưa chuột và bơ.

e) Trang trí với rau mùi xắt nhỏ và phục vụ.

29.Bát Sushi Sò Điệp Và Xoài

THÀNH PHẦN:
- 1 lb sò điệp tươi, giảm một nửa
- 1/4 chén dừa aminos (hoặc nước tương)
- 1 muỗng canh giấm gạo
- 1 muỗng canh mật ong
- 1 quả xoài, gọt vỏ và cắt hạt lựu
- 1 quả ớt đỏ, thái lát mỏng
- 1 chén bắp cải thái nhỏ
- 2 chén cơm sushi đã nấu chín
- Hạt vừng nướng để trang trí

HƯỚNG DẪN:
a) Trộn đều dừa aminos, giấm gạo và mật ong để làm nước xốt.
b) Cho sò điệp vào nước ướp và để lạnh trong 20-30 phút.
c) Lắp các bát với cơm Sushi truyền thống làm đế.
d) Xếp sò điệp ướp, xoài viên, ớt đỏ thái lát và bắp cải thái nhỏ lên trên.
e) Trang trí với hạt mè nướng và phục vụ.

30. Bát Sushi cá ngừ và củ cải cay

THÀNH PHẦN:
- 1 lb cá ngừ loại sushi, thái hạt lựu
- 2 muỗng canh gochujang (tương ớt đỏ Hàn Quốc)
- 1 muỗng canh nước tương
- 1 muỗng canh dầu mè
- 1 muỗng cà phê giấm gạo
- 1 chén củ cải daikon, thái hạt lựu
- 1 chén đậu Hà Lan, thái lát
- 2 chén cơm Sushi truyền thống đã nấu chín
- Hành xanh để trang trí

HƯỚNG DẪN:
a) Trộn gochujang, nước tương, dầu mè và giấm gạo để làm nước sốt cay.
b) Cho cá ngừ thái hạt lựu vào nước sốt cay và để lạnh trong 30 phút.
c) Lắp các bát với cơm Sushi truyền thống làm đế.
d) Phủ cá ngừ ướp, củ cải daikon thái sợi và đậu Hà Lan cắt lát lên trên.
e) Trang trí với hành lá xắt nhỏ và phục vụ.

31. Bát Sushi cá hồi và măng tây hun khói

THÀNH PHẦN:
- 1 lb cá hồi hun khói, vẩy
- 1/4 chén nước tương
- 2 muỗng canh mirin
- 1 muỗng canh gừng ngâm, băm nhỏ
- 1 bó măng tây, chần và thái lát
- 1 cốc cà chua bi, giảm một nửa
- 2 chén cơm Sushi truyền thống đã nấu chín
- Miếng chanh để trang trí

HƯỚNG DẪN:

a) Trộn đều nước tương, mirin và gừng ngâm băm nhỏ để làm nước xốt.
b) Cho cá hồi hun khói vào nước ướp và để lạnh trong 15-20 phút.
c) Tạo bát với cơm Sushi truyền thống đã nấu chín làm nền.
d) Phủ cá hồi hun khói ướp, măng tây thái lát và cà chua bi lên trên.
e) Trang trí với chanh và phục vụ.

32. Bát Sushi cá kiếm ướp miso

THÀNH PHẦN:
- 1 lb cá kiếm, cắt khối
- 2 muỗng canh miso trắng
- 1 muỗng canh nước tương
- 1 muỗng canh giấm gạo
- 1 muỗng cà phê dầu mè
- 1 chén củ cải, thái lát mỏng
- 1 cốc dưa chuột, thái hạt lựu
- 2 chén cơm sushi
- Nori cắt nhỏ để trang trí

HƯỚNG DẪN:
a) Trong một cái bát, trộn đều tương miso, nước tương, giấm gạo và dầu mè.
b) Ướp cá kiếm trong hỗn hợp ít nhất 30 phút.
c) Tạo bát với cơm sushi làm đáy.
d) Đặt cá kiếm ướp, củ cải thái lát và dưa chuột thái hạt lựu lên trên.
e) Trang trí với nori cắt nhỏ và phục vụ.

33. Bát Sushi Tôm Hùm và Bơ

THÀNH PHẦN:
- 1 lb thịt tôm hùm nấu chín, xắt nhỏ
- 1/4 chén nước sốt ponzu
- 1 muỗng canh mật ong
- 1 muỗng cà phê gừng tươi, xay
- 1 quả bơ, thái hạt lựu
- 1 cốc xoài, thái hạt lựu
- 2 chén cơm Sushi truyền thống đã nấu chín
- Hẹ cắt nhỏ để trang trí

HƯỚNG DẪN:
a) Trộn nước sốt ponzu, mật ong và gừng bào sợi vào tô.
b) Cho thịt tôm hùm cắt nhỏ vào nước ướp và để trong tủ lạnh trong 20 phút.
c) Lắp các bát với cơm Sushi truyền thống làm đế.
d) Phủ tôm hùm ướp, bơ thái hạt lựu và xoài lên trên.
e) Trang trí với hẹ xắt nhỏ và phục vụ.

34. Bát Sushi cá ngừ và dưa hấu

THÀNH PHẦN:
- 1 lb cá ngừ loại sushi, cắt khối
- 1/4 chén dừa aminos (hoặc nước tương)
- 2 muỗng canh nước cốt chanh
- 1 muỗng canh dầu mè
- 2 cốc dưa hấu, thái hạt lựu
- 1 cốc dưa chuột, thái lát
- 2 chén cơm Sushi truyền thống đã nấu chín
- Lá bạc hà để trang trí

HƯỚNG DẪN:
a) Trộn đều dừa aminos, nước cốt chanh và dầu mè để làm nước xốt.
b) Cho cá ngừ vào nước ướp và để lạnh trong 30 phút.
c) Tạo bát với cơm Sushi truyền thống đã nấu chín làm nền.
d) Phủ cá ngừ ướp, dưa hấu thái hạt lựu và dưa chuột thái lát lên trên.
e) Trang trí với lá bạc hà tươi và phục vụ.

34.Bát Sushi cá ngừ và dưa hấu

THÀNH PHẦN:
- 1 lb cá ngừ loại sushi, cắt khối
- 1/4 chén dừa aminos (hoặc nước tương)
- 2 muỗng canh nước cốt chanh
- 1 muỗng canh dầu mè
- 2 cốc dưa hấu, thái hạt lựu
- 1 cốc dưa chuột, thái lát
- 2 chén cơm Sushi truyền thống đã nấu chín
- Lá bạc hà để trang trí

HƯỚNG DẪN:
a) Trộn đều dừa aminos, nước cốt chanh và dầu mè để làm nước xốt.
b) Cho cá ngừ vào nước ướp và để lạnh trong 30 phút.
c) Tạo bát với cơm Sushi truyền thống đã nấu chín làm nền.
d) Phủ cá ngừ ướp, dưa hấu thái hạt lựu và dưa chuột thái lát lên trên.
e) Trang trí với lá bạc hà tươi và phục vụ.

35.Sushi Cua Vỏ Mềm

THÀNH PHẦN:
- 4 con cua lột, làm sạch
- 1/4 cốc mayo
- 1 muỗng canh tương ớt
- 1 muỗng canh nước cốt chanh
- 1 chén rau diếp thái nhỏ
- 1/2 chén radicchio, xắt nhỏ
- 2 chén cơm sushi
- Hạt mè để trang trí

HƯỚNG DẪN:

a) Trong một cái bát, trộn mayo, sriracha và nước cốt chanh để tạo thành nước sốt.
b) Phủ cua vỏ mềm với nước sốt và chiên cho đến khi giòn.
c) Tạo bát với cơm sushi làm đáy.
d) Rắc xà lách cắt nhỏ, radicchio cắt nhỏ và cua vỏ mềm giòn lên trên.
e) Trang trí với hạt vừng và phục vụ.

36. Bát Sushi Mahi-Mahi nướng và dứa

THÀNH PHẦN:
- 1 lb phi lê mahi-mahi, nướng và vẩy
- 1/4 chén sốt teriyaki
- 1 muỗng canh nước cốt chanh
- 1 thìa mật ong
- 1 cốc dứa, thái hạt lựu
- 1 chén ớt chuông đỏ, thái lát
- 2 chén cơm Sushi truyền thống đã nấu chín
- Rau mùi cắt nhỏ để trang trí

HƯỚNG DẪN:
a) Trộn đều nước sốt teriyaki, nước cốt chanh và mật ong để làm nước xốt.
b) Cho mahi-mahi nướng vào nước xốt và để trong tủ lạnh trong 20 phút.
c) Lắp các bát có cơm Sushi truyền thống đã nấu chín làm đế.
d) Phủ lên trên món mahi-mahi bào sợi, dứa thái hạt lựu và ớt chuông đỏ thái lát.
e) Trang trí với rau mùi xắt nhỏ và phục vụ.

Bát Sushi RAU CỦ

37.Bát Sushi đậu phụ và rau củ

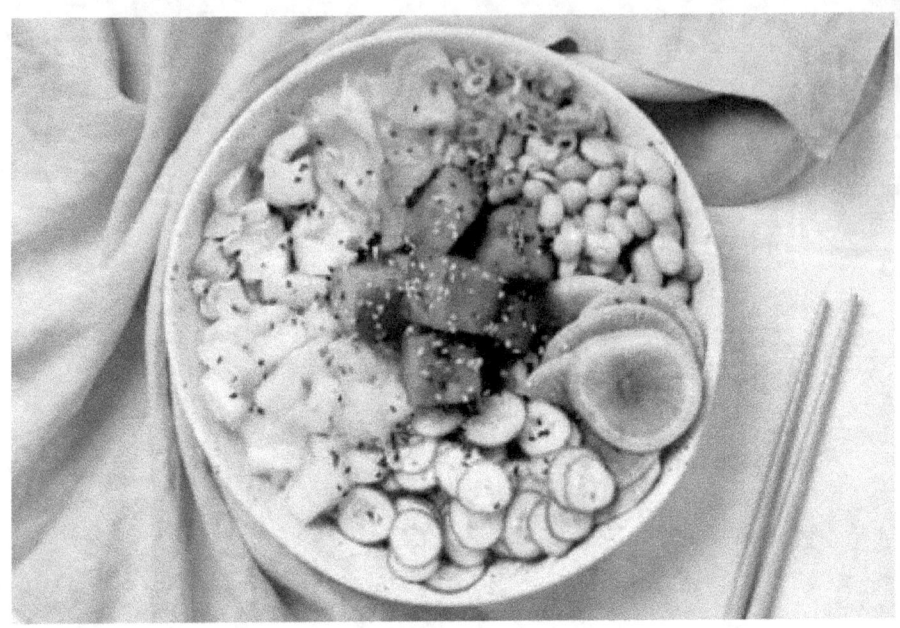

THÀNH PHẦN:
- 1 khối đậu phụ cứng, cắt hạt lựu
- 1/4 chén nước tương
- 2 muỗng canh giấm gạo
- 1 muỗng canh dầu mè
- 1 muỗng cà phê xi-rô cây thùa hoặc mật ong
- 1 cốc cà chua bi, giảm một nửa
- 1 quả ớt chuông, thái hạt lựu
- 1 củ cà rốt, thái hạt lựu
- 2 chén cơm Sushi truyền thống đã nấu chín
- Hạt mè để trang trí

HƯỚNG DẪN:
a) Trộn nước tương, giấm gạo, dầu mè và xi-rô cây thùa để tạo thành nước xốt.
b) Cho các khối đậu phụ vào nước ướp và để trong tủ lạnh trong 30 phút.
c) Đậu hủ đã ướp xào chín vàng.
d) Lắp các bát với cơm Sushi truyền thống làm đế.
e) Phủ đậu phụ xào, cà chua bi, ớt chuông thái hạt lựu và cà rốt thái hạt lựu lên trên.
f) Trang trí với hạt vừng và phục vụ.

38. Bát Sushi Tempeh

THÀNH PHẦN:
- 200 g cơm Sushi truyền thống đã nấu chín
- 70 g Tempeh/Đậu phụ hoặc nấm
- ½ quả ớt đỏ nhỏ
- 1 tép tỏi nhỏ
- Gừng tươi miếng nhỏ
- 2 củ hành/hành lá
- 1 muỗng canh Tamari
- 35 g đậu edamame hoặc đậu Hà Lan đông lạnh
- 1 củ cà rốt nhỏ
- 1 quả bơ chín
- ½ quả xoài tươi

TRÌNH BÀY:
- Hạt mè nướng
- 1 quả chanh hoặc ½ quả chanh

HƯỚNG DẪN:
a) Nấu cơm theo hướng dẫn trên bao bì hoặc sử dụng gói đã nấu sẵn.
b) Đổ nước sôi vào tô để đậy nắp và rã đông đậu edamame/đậu Hà Lan đông lạnh.
c) Cắt tempeh/đậu phụ hoặc nấm thành miếng vừa ăn. Băm nhuyễn tỏi, hành lá, gừng và ớt.
d) Đun nóng chảo chống dính cỡ vừa trên lửa cao. Thêm tỏi, gừng, ớt và hành lá. Giảm nhiệt xuống mức trung bình và nấu trong 3 phút, thỉnh thoảng khuấy. Thêm tempeh/đậu phụ hoặc nấm và nấu trong 3-4 phút. Thêm tamari và nấu thêm 1 phút cho đến khi tamari giảm bớt. Giữ cho tempeh/đậu phụ chuyển động để chín đều các mặt. Để qua một bên.
e) Cắt bơ theo độ dày mong muốn.
f) Gọt vỏ và thái hạt lựu.
g) Gọt vỏ cà rốt và dùng dụng cụ gọt vỏ để tạo thành những dải mỏng dài.
h) Xả edamame / đậu Hà Lan.

LẮP RÁP BÁ SUSHI:
i) Chia cơm/quinoa vào hai bát. Làm tương tự với tempeh/đậu phụ hoặc nấm, chừa khoảng trống cho các thành phần khác.

j) Thêm bơ, cà rốt, đậu nành/đậu Hà Lan và xoài vào giữa các bát.
k) Trang trí với hạt vừng nướng và nước cốt chanh hoặc chanh tươi.

39. Bát nấm phủ mè

THÀNH PHẦN:
- 2 muỗng canh hạt vừng trắng
- 1 muỗng canh hạt nigella đen
- 1/3 chén vụn bánh mì panko
- 1 quả trứng
- 1 thìa sữa
- 200g nấm nút
- 1 bó cải xanh
- 1/3 chén đậu edamame đông lạnh, rã đông
- 1 chén cơm Sushi truyền thống đã nấu chín
- 1 quả bơ, thái lát
- ¾ chén bắp cải đỏ, thái lát mỏng
- 1 quả dưa chuột nhỏ, thái lát mỏng
- 4 củ cải, thái lát mỏng
- 2 củ hành lá, thái lát mỏng (để ăn)
- Gừng ngâm (để phục vụ)

CÁCH ĂN MẶC:
- 1 muỗng cà phê tương miso trắng
- 3 thìa mirin
- 1 muỗng cà phê bơ đậu phộng
- 3 muỗng cà phê dầu ô liu nguyên chất

HƯỚNG DẪN:

a) Trong một tô lớn, trộn hạt vừng, hạt nigella, vụn bánh mì và một chút muối biển.

b) Trong một tô khác, đánh đều trứng và sữa.

c) Nhúng nấm vào hỗn hợp trứng rồi lăn qua hỗn hợp vụn cho nấm phủ đều.

d) Đun nóng 2 thìa dầu ô liu trong chảo chống dính lớn trên lửa vừa.

e) Làm từng mẻ, nấu nấm trong 5 phút hoặc cho đến khi lớp vỏ bên ngoài giòn và có màu nâu vàng.

f) Chuyển sang đĩa có lót khăn giấy để hút bớt dầu thừa.

g) Đun sôi một nồi nước lớn. Thêm bông cải xanh và đậu edamame vào, nấu trong 1 phút hoặc cho đến khi bông cải xanh chín nhưng vẫn giòn và đậu edamame có màu xanh tươi. Xả và đặt sang một bên.

CHUẨN BỊ MANG ĐỒ:

h) Trong một cái bình nhỏ, trộn tất cả các nguyên liệu làm nước sốt, khuấy đều để hòa tan các cục tương miso.

BÁ LẮP RÁP:

i) Chia cơm Sushi truyền thống cho hai bát ăn.
j) Xếp bơ, bắp cải, dưa chuột, củ cải và rau nấu chín lên trên cơm và xung quanh thành bát.
k) Top với nấm vụn.
l) Rắc hành lá, rưới lên nước sốt và trang trí bằng gừng ngâm.
m) Chúc bạn ngon miệng với bát nấm phủ mè giòn và bổ dưỡng!

40. Bát Sushi Đậu Phụ của General Tso

THÀNH PHẦN:
CƠ SỞ
- 2 chén cơm sushi đã nấu chín

RAU CỦ
- 10 quả cà chua bi, cắt làm đôi hoặc làm ba
- 2-3 củ cải nhỏ, thái lát mỏng
- 1 củ cà rốt vừa, thái lát mỏng
- 1 quả dưa chuột Lebanon, thái lát mỏng
- 1 cốc đậu edamame đông lạnh, rã đông và để ráo nước
- 1/2 chén hành đỏ ngâm
- 1 quả bơ, gọt vỏ, bỏ hạt và thái lát

ĐỐI VỚI ĐẬU PHỤ TSO TỔNG HỢP
- 1/2 pound đậu phụ cứng, cắt hạt lựu
- 2 muỗng canh tinh bột sắn (hoặc tinh bột ngô)
- 2-3 muỗng canh dầu bơ để nấu ăn

CHO NƯỚC SỐT
- 3/4 cốc nước
- 2 muỗng canh sốt cà chua
- 2 muỗng canh giấm gạo
- 2 muỗng canh xi-rô cây phong nguyên chất
- 2 muỗng canh tamari
- 1 muỗng canh dầu mè nướng
- 1 muỗng cà phê sriracha
- 1/4 muỗng cà phê gừng xay
- 1/8 muỗng cà phê ngũ vị hương Trung Quốc
- 2 tép tỏi, băm nhỏ

ĐỂ TRANG TRÍ
- Hạt mè đen và trắng

HƯỚNG DẪN:
a) Nấu cơm theo hướng dẫn trên bao bì hoặc theo phương pháp yêu thích của bạn.
b) Trong khi đó, hãy chuẩn bị rau củ, nhưng hãy đợi đến cuối rồi mới gọt vỏ và cắt lát quả bơ để tránh bị thâm.

c) Cắt đậu phụ thành những miếng vuông vừa ăn rồi cho vào tô cỡ vừa cùng với tinh bột khoai mì; đảo cho đến khi đậu phụ được phủ đều và hoàn toàn.
d) Trong một bát riêng, trộn các nguyên liệu làm nước sốt và đánh mạnh cho đến khi hòa quyện.
e) Đun nóng một vài thìa dầu bơ trong chảo rán lớn hoặc chảo đặt trên lửa vừa cao. Khi nóng, cẩn thận thêm các khối đậu phụ vào và chiên cho đến khi vàng và giòn các mặt, khoảng 5 phút.
f) Thêm nước sốt vào chảo và đun nhỏ lửa cho đến khi nước sốt giảm và đặc lại, khoảng 3 phút thì tắt bếp.
g) Xếp các bát sushi: Chia cơm (hoặc bất kỳ loại ngũ cốc nào bạn chọn sử dụng) vào 2 bát khá lớn. Xếp các loại rau đã chuẩn bị sẵn xung quanh bát lên trên cơm, sau đó cho đậu phụ General Tso vào giữa.
h) Trang trí với hạt vừng nếu muốn và dùng ngay!

41. Bát Poké Với Sashimi Cà Chua

THÀNH PHẦN:
- 15g hành tây chiên giòn
- 160g đậu edamame đã chần
- 150g cơm sushi
- 5g mù tạt mù tạt
- 1 củ hành lá
- 45g sốt mayonnaise không chứa
- 15ml giấm gạo
- 15ml rượu mirin
- 5g hạt vừng đen
- 150g rau xanh
- 125g củ cải theo mùa
- 3 quả cà chua
- 15ml nước tương tamari
- Muối, đường, dầu thực vật

HƯỚNG DẪN:

a) Làm nóng lò ở nhiệt độ 220°C/200°C (quạt)/Gas 7.

b) Rửa sạch cơm sushi dưới vòi nước lạnh trong 30 giây. Đặt sang một bên để ráo nước hoàn toàn.

c) Cho gạo đã ráo nước cùng 200ml nước lạnh và một chút muối vào nồi có nắp. Đun sôi nhẹ, sau đó giảm nhiệt xuống mức thấp cho đến khi sủi bọt rất nhẹ. Nấu, đậy nắp, trong 15 phút.

d) Sau 15 phút, lấy nồi ra khỏi bếp và đậy nắp thêm 10 phút trước khi dùng - đây là món xôi của bạn.

e) Đun sôi một ấm đun nước.

f) Chấm nhẹ một đường chéo lên phần gốc của quả cà chua rồi cho chúng vào một chiếc tô lớn chịu nhiệt.

g) Đổ nước đun sôi ngập cà chua cho đến khi ngập hoàn toàn và để sang một bên.

h) Cắt củ cải thật nhuyễn. Cho chúng vào tô cùng với một nửa giấm gạo và một chút đường. Dành riêng cho món dưa chua - đây là những củ cải ngâm nhanh của bạn.

i) Cắt nhỏ hành lá, sau đó cắt thành từng thanh.

j) Cắt mỗi chiếc dùi cui thành 4 miếng theo chiều dọc – đây là hành lá cắt nhỏ của bạn.

k) Xé lá non xanh, bỏ phần cuống cứng.
l) Xếp các lá lên nhau, cuộn lại rồi thái nhỏ.
m) Thêm rau xanh cắt nhỏ vào khay nướng lớn. Rắc một chút muối, 1 thìa cà phê đường và một lượng lớn dầu thực vật.
n) Đặt khay vào lò nướng trong 8-10 phút hoặc cho đến khi giòn - đây chính là 'rong biển' giòn của bạn.
o) Cà chua ngâm để ráo nước, sau đó gọt bỏ vỏ, bắt đầu từ đường chéo.
p) Cắt cà chua làm 4, vớt ra và bỏ hạt. Bạn sẽ có được những cánh hoa cà chua.
q) Cho cánh hoa cà chua vào bát rồi thêm nước tương tamari và mirin. Dành riêng để ướp - đây là món sashimi cà chua của bạn.
r) Cho đậu edamame vào tô và cho vào lò vi sóng trong 1 phút hoặc cho đến khi nóng và mềm khi cắn.
s) Kết hợp mayo với bột wasabi và một chút nước vào tô - đây là wasabi mayo của bạn.
t) Sau khi cơm sushi đã chín, khuấy đều với giấm gạo còn lại và một chút đường – đây là món cơm sushi nếp của bạn.
u) Bày cơm sushi nếp ra bát và đặt sashimi cà chua, đậu nành Nhật nấu chín, củ cải ngâm nhanh, hành lá cắt nhỏ lên trên. Dọn 'rong biển' giòn sang một bên.
v) Rưới phần nước sốt còn lại lên sashimi và rưới wasabi mayo lên đậu nành Nhật Bản và củ cải.
w) Rắc hành tây chiên giòn và hạt vừng đen lên trên.

42. Bát Sushi chay với sốt Tahini

THÀNH PHẦN:
CƠM:
- 1 chén cơm Sushi truyền thống
- 1 ½ cốc nước (360 ml)
- ½ muỗng cà phê muối

ĐẬU HŨ:
- 1 Công thức đậu phụ giòn hoặc đậu xanh giòn

RAU CỦ (Dùng MÓN YÊU THÍCH CỦA BẠN):
- 1 quả dưa chuột, thái hạt lựu
- 1 ½ chén bắp cải tím, thái nhỏ (135 g)
- 6-8 củ cải, thái lát
- 3 cọng hành lá (tuỳ thích)
- 1 mẻ cà rốt lox hoặc 2 củ cà rốt thái hạt lựu lớn
- 1 cốc đậu nành Nhật Bản (155 g)
- 1 quả bơ, thái hạt lựu

SỐT TAHINI:
- ¼ cốc tahini hoặc bơ đậu phộng hoặc bơ hạt điều
- 1 tép tỏi, băm nhỏ
- 1 muỗng cà phê gừng tươi, xay (tùy chọn)
- 1 muỗng cà phê miso dán (tùy chọn)
- 1 muỗng canh si-rô phong
- 1 muỗng canh giấm gạo
- 1 muỗng canh tamari hoặc nước tương
- 1 muỗng cà phê sriracha (tuỳ thích, tùy khẩu vị)
- 2-4 muỗng canh nước đến độ đặc mong muốn

ĐỂ TRANG TRÍ (TÙY CHỌN):
- Hạt mè
- chanh tươi hoặc chanh
- jalapeños, thái lát
- các loại thảo mộc tươi (ví dụ, ngò hoặc húng quế Thái)

HƯỚNG DẪN:
cơm:
a) Cho gạo và nước vào nồi (hoặc nồi cơm điện) rồi đun sôi.
b) Giảm nhiệt xuống thấp, đậy nắp và đun nhỏ lửa trong 15 phút cho đến khi hấp thụ hết nước.

c) Tắt bếp và để hấp trong 10 phút với nắp đậy.
d) Thêm muối, dùng nĩa đánh đều và đặt sang một bên.

Đậu hũ:
e) Trong lúc chờ đợi, hãy chuẩn bị đậu phụ giòn theo công thức này. (Ngoài ra, hãy chuẩn bị đậu xanh giòn theo công thức này).

Rau:
f) Cắt hạt lựu dưa chuột, cắt nhỏ bắp cải bằng Mandoline, cắt củ cải và hành lá.
g) Nếu bạn không có sẵn cà rốt, hãy cắt 2 củ cà rốt lớn thành dải ruy băng bằng dụng cụ gọt vỏ rau hoặc cắt sợi.
h) Làm tan đậu nành theo hướng dẫn trên bao bì và cắt hạt lựu quả bơ.

Sốt Tahini:
i) Trộn tất cả nguyên liệu làm sốt tahini trong máy xay cho đến khi mịn.
j) Thêm nước đến độ đặc mong muốn của bạn. (Ngoài ra, hãy phục vụ bát sushi của bạn với nước sốt đậu phộng).

LẮP RÁP BÁ SUSHI:
k) Chia cơm vào 4 bát.
l) Tập hợp tất cả các loại rau đã chuẩn bị và đậu phụ giòn lên cơm.
m) Phủ bơ, hạt vừng, ớt jalapeños và các loại thảo mộc lên trên nếu muốn.
n) Ăn kèm với sốt tahini và chanh hoặc chanh cắt lát bên cạnh.

43. Bát cơm rong biển

THÀNH PHẦN:
- 1 quả trứng
- Nori thái mỏng theo yêu cầu
- Dashi, một nhúm
- ½ muỗng cà phê Mirin
- ½ muỗng cà phê Nước tương
- bột ngọt, một nhúm
- Furikake, theo yêu cầu
- 1 chén cơm trắng nấu chín

HƯỚNG DẪN:
a) Cho cơm vào tô và múc một muỗng nông ở giữa.
b) Đập toàn bộ quả trứng vào giữa.
c) Nêm nửa thìa cà phê nước tương, một chút muối, một chút bột ngọt, nửa thìa cà phê mirin và một chút Dashi.
d) Dùng đũa khuấy mạnh để trứng quyện vào nhau, trứng sẽ có màu vàng nhạt, sủi bọt và mịn.
e) Hương vị và điều chỉnh gia vị khi cần thiết.
f) Rắc furikake và nori, múc một muỗng nhỏ lên trên và thêm lòng đỏ trứng còn lại.
g) Món ăn của bạn đã sẵn sàng để được phục vụ.

44. Bát xào Sushi

THÀNH PHẦN:
- 1½ chén cơm sushi
- 4 lá xà lách bơ lớn
- ½ chén đậu phộng rang, thái nhỏ
- 4 thìa cà phê hành lá băm nhỏ, chỉ lấy phần xanh
- 4 cây nấm đông cô lớn, cắt bỏ cuống và thái lát mỏng
- Đậu hũ trộn cay
- ½ củ cà rốt, cắt xoắn ốc hoặc cắt nhỏ

HƯỚNG DẪN:
a) Chuẩn bị cơm Sushi và hỗn hợp đậu phụ cay.
b) Xếp lá xà lách bơ lên khay phục vụ.
c) Khuấy đều cơm Sushi đã chuẩn bị, đậu phộng rang, hành lá băm nhỏ và các lát nấm hương trong tô vừa.
d) Chia cơm trộn vào các "bát" rau diếp.
e) Nhẹ nhàng gói cơm vào tô rau diếp.
f) Chia hỗn hợp đậu phụ cay vào giữa các bát rau diếp.
g) Trên mỗi cái có một ít cuộn hoặc sợi cà rốt.
h) Phục vụ các món xào với một ít Xi-rô đậu nành ngọt.

45.Bát Sushi Đậu Hủ Chiên Giòn

THÀNH PHẦN:
- 4 chén cơm Sushi truyền thống đã được chuẩn bị sẵn
- Đậu phụ cứng 6 ounce, cắt thành lát dày
- 2 muỗng canh tinh bột khoai tây hoặc bột bắp
- 1 lòng trắng trứng lớn, trộn với 1 muỗng cà phê nước
- ½ chén vụn bánh mì
- 1 muỗng cà phê dầu mè đen
- 1 muỗng cà phê dầu ăn
- ½ muỗng cà phê muối
- Một củ cà rốt, cắt thành 4 que diêm
- ½ quả bơ, cắt thành lát mỏng
- 4 muỗng canh hạt ngô, nấu chín
- 4 thìa cà phê hành lá băm nhỏ, chỉ lấy phần xanh
- 1 nori, cắt thành dải mỏng

HƯỚNG DẪN:
a) Chuẩn bị cơm Sushi.
b) Kẹp các lát bánh vào giữa các lớp khăn giấy hoặc khăn lau bát đĩa sạch rồi đặt một chiếc tô nặng lên trên.
c) Để các lát đậu phụ ráo nước trong ít nhất 10 phút.
d) Làm nóng lò nướng của bạn đến 375°F.
e) Nhúng các lát đậu phụ đã ráo nước vào tinh bột khoai tây.
f) Đặt các lát vào hỗn hợp lòng trắng trứng và lật chúng thành lớp phủ.
g) Trộn panko, dầu mè đen, muối và dầu ăn với nhau trong tô vừa.
h) Ấn nhẹ một ít hỗn hợp panko lên từng lát đậu phụ.
i) Đặt các lát lên khay nướng có phủ giấy da.
j) Nướng trong 10 phút, sau đó lật các lát lại.
k) Nướng thêm 10 phút nữa hoặc cho đến khi lớp phủ panko giòn và có màu vàng nâu.
l) Lấy các lát ra khỏi lò và để chúng nguội một chút.
m) Tập hợp 4 bát phục vụ nhỏ. Làm ướt đầu ngón tay trước khi cho ¾ chén cơm Sushi vào mỗi tô.
n) Nhẹ nhàng dàn phẳng bề mặt cơm trong mỗi tô. Chia các lát đậu phụ panko vào 4 bát.
o) Thêm ¼ que diêm cà rốt vào mỗi bát.

p) Đặt ¼ lát bơ vào mỗi bát. Đổ 1 muỗng canh hạt ngô lên trên mỗi bát.
q) Để phục vụ, rắc ¼ dải nori lên mỗi bát. Ăn kèm với nước tương ngọt hoặc nước tương.

46. Bát Sushi Ratatouille

THÀNH PHẦN:
- 2 chén cơm Sushi truyền thống đã được chuẩn bị sẵn
- 4 quả cà chua lớn, chần và gọt vỏ
- 1 thìa canh hành lá băm nhỏ, chỉ lấy phần xanh
- ½ quả cà tím Nhật nhỏ, rang và cắt thành khối nhỏ
- 4 thìa hành tây chiên
- 2 muỗng canh nước sốt mè

HƯỚNG DẪN:
a) Chuẩn bị cơm Sushi và nước sốt mì mè.
b) Cho cơm Sushi, hành lá, cà tím, hành tây chiên và Sốt mì mè vào tô vừa và trộn đều.
c) Cắt bỏ phần ngọn của mỗi quả cà chua và múc phần giữa.
d) Múc ½ chén hỗn hợp cơm Sushi đã trộn vào mỗi tô cà chua.
e) Dùng mặt sau của thìa để nhẹ nhàng làm phẳng cơm.
f) Phục vụ bát cà chua bằng nĩa.

47. Bát Sushi bơ

THÀNH PHẦN:

- 1½ chén cơm Sushi truyền thống đã được chuẩn bị sẵn
- ¼ củ đậu nhỏ, gọt vỏ và cắt thành que diêm
- ½ quả ớt jalapeño, bỏ hạt và thái nhỏ
- Nước cốt ½ quả chanh
- 4 muỗng canh cơm Sushi Sốt
- ¼ quả bơ, gọt vỏ, bỏ hạt và cắt thành lát mỏng
- 2 nhánh rau mùi tươi để trang trí

HƯỚNG DẪN:

a) Chuẩn bị cơm Sushi và nước sốt cơm Sushi.
b) Trộn que diêm jicama, ớt jalapeño cắt nhỏ, nước cốt chanh và Sốt cơm Sushi trong một chiếc bát nhỏ phi kim loại. Để hương vị hòa quyện trong ít nhất 10 phút.
c) Xả chất lỏng ra khỏi hỗn hợp jicama.
d) Làm ướt đầu ngón tay trước khi cho ¾ chén cơm Sushi vào mỗi tô.
e) Nhẹ nhàng làm phẳng bề mặt gạo.
f) Xếp ½ củ đậu đã ướp lên trên mỗi bát.
g) Chia các lát bơ vào giữa 2 bát, sắp xếp từng lát sao cho đẹp mắt trên cơm.
h) Để phục vụ, đặt một nhánh rau mùi tươi và sốt Ponzu lên trên mỗi bát.

48.Bát Sushi Trứng, Phô Mai Và Đậu Xanh

THÀNH PHẦN:
- 1½ chén cơm Sushi truyền thống đã được chuẩn bị sẵn
- 10 đậu xanh, chần và cắt thành dải
- 1 miếng trứng tráng kiểu Nhật, cắt thành từng miếng nhỏ
- 4 muỗng canh phô mai dê, vụn
- 2 thìa cà phê hành lá băm nhỏ, chỉ lấy phần xanh

HƯỚNG DẪN:
a) Chuẩn bị cơm Sushi và tấm trứng tráng kiểu Nhật.
b) Làm ướt đầu ngón tay trước khi cho ¾ chén cơm Sushi vào mỗi tô.
c) Nhẹ nhàng dàn phẳng bề mặt cơm trong mỗi tô.
d) Chia đậu xanh, trứng ốp la và phô mai dê vào giữa 2 bát theo hình dáng hấp dẫn.
e) Khi dùng, rắc 1 thìa cà phê hành lá vào mỗi bát.

49. Bát Sushi bơ và đậu xanh

THÀNH PHẦN:
- 1 chén cơm Sushi truyền thống đã nấu chín
- 1 lon đậu xanh, để ráo nước và rửa sạch
- 1 quả bơ, thái lát
- 1 quả dưa chuột, thái hạt lựu
- 1 củ cà rốt, thái hạt lựu
- 2 muỗng canh nước tương
- 1 muỗng canh dầu mè
- 1 muỗng canh giấm gạo
- Hạt mè để trang trí
- Dải Nori để trang trí

HƯỚNG DẪN:
a) Trong một bát, trộn nước tương, dầu mè và giấm gạo.
b) Cho đậu xanh vào hỗn hợp nước tương và để ướp trong ít nhất 15 phút.
c) Lắp các bát với cơm Sushi truyền thống làm đế.
d) Phủ đậu xanh ướp, bơ cắt lát, dưa chuột thái hạt lựu và cà rốt thái hạt lựu lên trên.
e) Trang trí với hạt vừng và dải nori.

BÁ SUSHI TRÁI CÂY

50. Bát Sushi đào

THÀNH PHẦN:
- 2 chén cơm Sushi truyền thống đã được chuẩn bị sẵn
- 1 quả đào lớn, bỏ hạt và cắt thành 12 miếng
- ½ chén cơm Sushi Sốt
- ½ muỗng cà phê nước sốt tỏi ớt
- Một chút dầu mè đen
- 1 bó cải xoong, bỏ cuống dày

TÙY CHỌN HÀNG ĐẦU
- Trái bơ
- cá hồi
- Cá ngừ

HƯỚNG DẪN:
a) Chuẩn bị cơm Sushi và nước sốt Sushi bổ sung.
b) Đặt những miếng đào vào tô vừa. Thêm nước sốt cơm Sushi, tương ớt tỏi và dầu mè đen.
c) Trộn đều đào trong nước xốt trước khi đậy nắp lại.
d) Để đào ở nhiệt độ phòng trong nước ướp trong ít nhất 30 phút và tối đa 1 giờ.
e) Làm ướt đầu ngón tay trước khi cho ½ chén cơm Sushi đã chuẩn bị vào mỗi bát.
f) Nhẹ nhàng làm phẳng bề mặt gạo.
g) Chia đều lớp phủ trên theo hình hấp dẫn lên trên mỗi bát, mỗi khẩu phần có 3 lát đào.
h) Dùng nĩa và nước tương để chấm.

51. Ly Sushi màu cam

THÀNH PHẦN:
- 1 chén cơm Sushi truyền thống đã được chuẩn bị sẵn
- 2 quả cam rốn không hạt
- 2 muỗng cà phê mận hái
- 2 thìa cà phê hạt vừng rang
- 4 lá tía tô lớn hoặc lá húng quế
- 4 thìa cà phê hành lá băm nhỏ, chỉ lấy phần xanh
- 4 thanh cua giả kiểu chân
- 1 tờ nori

HƯỚNG DẪN:

a) Chuẩn bị cơm Sushi.

b) Cắt cam làm đôi theo chiều ngang. Cắt một lát nhỏ ở dưới cùng của mỗi nửa để mỗi nửa đặt phẳng trên thớt. Dùng thìa để loại bỏ phần bên trong của mỗi nửa quả. Dự trữ bất kỳ loại nước trái cây, bột giấy và các phần nào cho mục đích sử dụng khác, chẳng hạn như Nước sốt Ponzu.

c) Nhúng đầu ngón tay vào nước và cho khoảng 2 thìa cơm Sushi đã chuẩn bị vào mỗi bát màu cam.

d) Rưới ½ thìa cà phê mận ngâm lên cơm. Thêm 2 muỗng canh gạo khác vào mỗi bát. Rắc ½ thìa cà phê vừng rang lên cơm.

e) Nhét một lá tía tô vào góc mỗi bát. Cho 1 thìa cà phê hành lá vào trước lá tía tô trong mỗi bát. Lấy những chiếc que cua giả chà xát giữa lòng bàn tay để xé nhỏ hoặc dùng dao cắt thành từng miếng nhỏ. Xếp một thanh cua lên trên mỗi bát.

f) Để phục vụ, hãy dùng dao cắt nori thành từng mảnh que diêm. Đặt một ít mảnh nori lên trên mỗi bát. Ăn kèm với nước tương.

52.Bát Sushi Trái Cây Thiên Đường Nhiệt Đới

THÀNH PHẦN:
- 1 chén cơm sushi đã nấu chín
- 1 quả xoài, thái lát
- 1 quả kiwi, thái lát
- 1/2 chén dứa, thái hạt lựu
- 1/4 chén dừa vụn
- 2 muỗng canh hạt vừng đen
- Mật ong để làm mưa phùn

HƯỚNG DẪN:
a) Đặt cơm sushi đã nấu chín vào tô.
b) Xếp các lát xoài, kiwi và dứa lên trên cơm.
c) Rắc dừa nạo và hạt vừng đen lên trên.
d) Rưới mật ong lên bát.
e) Phục vụ và thưởng thức!

53.Bát Sushi trái cây Berry Bliss

THÀNH PHẦN:
- 1 chén cơm sushi đã nấu chín
- 1 cốc hỗn hợp các loại quả mọng (dâu tây, quả việt quất, quả mâm xôi)
- 1 quả chuối, thái lát
- 1/4 cốc ngũ cốc
- 2 thìa hạt chia
- Sữa chua Hy Lạp để làm topping

HƯỚNG DẪN:
a) Trải cơm sushi đã nấu chín vào tô.
b) Xếp các loại quả mọng hỗn hợp, lát chuối và granola lên trên.
c) Rắc hạt chia lên trên bát.
d) Thêm một ít sữa chua Hy Lạp lên trên hoặc bên cạnh.
e) Phục vụ ngay lập tức.

54. Bát Sushi trái cây có múi

THÀNH PHẦN:
- 1 chén cơm sushi đã nấu chín
- 1 quả cam, phân đoạn
- 1 quả bưởi, cắt múi
- 1/2 chén hạt lựu
- Lá bạc hà để trang trí
- 2 muỗng canh quả hồ trăn, xắt nhỏ

HƯỚNG DẪN:
a) Đặt cơm sushi đã nấu chín vào tô.
b) Xếp các múi cam và bưởi lên trên.
c) Rắc hạt lựu và quả hồ trăn cắt nhỏ lên trên quả.
d) Trang trí bằng lá bạc hà tươi.
e) Phục vụ và thưởng thức vị ngon của cam quýt.

55. Bát Sushi trái cây sô cô la chuối

THÀNH PHẦN:
- 1 chén cơm sushi đã nấu chín
- 2 quả chuối, thái lát
- 2 thìa bột cacao
- 2 muỗng canh si-rô phong
- 1/4 cốc sô-cô-la chip
- Hạnh nhân để làm topping

HƯỚNG DẪN:
a) Trộn bột cacao và siro phong vào cơm sushi đã nấu chín.
b) Đặt cơm có hương vị sô cô la vào một cái bát.
c) Xếp các lát chuối lên trên và rắc sô-cô-la chip.
d) Thêm hạnh nhân cắt nhỏ để có kết cấu giòn.
e) Phục vụ và thưởng thức món sô cô la chuối thỏa thích.

56. Bát Sushi trái cây cuộn quế táo

THÀNH PHẦN:
- 1 chén cơm sushi đã nấu chín
- 1 quả táo, thái lát mỏng
- 2 muỗng canh đường quế
- 1/4 cốc nho khô
- 1/4 chén quả óc chó cắt nhỏ
- Sữa chua Hy Lạp để làm topping

HƯỚNG DẪN:
a) Trải cơm sushi đã nấu chín vào tô.
b) Xếp các lát táo lên trên.
c) Rắc đường quế, nho khô và quả óc chó cắt nhỏ lên trên bát.
d) Thêm một ít sữa chua Hy Lạp để có lớp kem hoàn thiện.
e) Hãy thưởng thức vị ngon của táo quế!

57.Bát Sushi trái cây bạc hà dâu Kiwi

THÀNH PHẦN:
- 1 chén cơm sushi đã nấu chín
- 2 quả kiwi, thái lát
- 1 cốc dâu tây, thái lát
- Lá bạc hà tươi
- 2 thìa mật ong
- 1/4 chén hạnh nhân thái lát

HƯỚNG DẪN:
a) Đặt cơm sushi đã nấu chín vào tô.
b) Xếp các lát kiwi và dâu tây lên trên.
c) Trang trí bằng lá bạc hà tươi.
d) Rưới mật ong lên bát.
e) Rắc hạnh nhân cắt lát để tăng thêm độ giòn.
f) Phục vụ và thưởng thức hương vị tươi mát.

58. Bát Sushi trái cây Pina Colada

THÀNH PHẦN:
- 1 chén cơm sushi đã nấu chín
- 1 chén dứa miếng
- 1/2 chén dừa vụn
- 1/4 chén hạt macadamia, xắt nhỏ
- Sữa chua dừa để làm topping
- Nước ép dứa để giải khát

HƯỚNG DẪN:
a) Trải cơm sushi đã nấu chín vào tô.
b) Xếp các miếng dứa lên trên.
c) Rắc dừa nạo và hạt macadamia cắt nhỏ.
d) Thêm một muỗng sữa chua dừa vào bên cạnh.
e) Rưới nước ép dứa lên trên bát.
f) Đi sâu vào hương vị nhiệt đới!

59.Bát Sushi trái cây xoài bơ hạnh phúc

THÀNH PHẦN:
- 1 chén cơm sushi đã nấu chín
- 1 quả xoài, thái hạt lựu
- 1 quả bơ, thái lát
- 1/4 chén hành đỏ, thái nhỏ
- 2 muỗng canh rau mùi, xắt nhỏ
- Nêm chanh để phục vụ

HƯỚNG DẪN:
a) Đặt cơm sushi đã nấu chín vào tô.
b) Xếp các miếng xoài và bơ lên trên.
c) Rắc hành đỏ và ngò cắt nhỏ.
d) Ăn kèm với chanh để tăng thêm hương vị.
e) Tận hưởng niềm vui kết hợp giữa xoài và bơ!

BÁ THỊT BÒ SUSHI

60. Sushi Bò Teriyaki

THÀNH PHẦN:
- 1 lb thăn bò hoặc bít tết sườn, thái lát mỏng
- 1/4 chén nước tương
- 2 thìa mirin
- 1 thìa mật ong
- 1 muỗng canh dầu mè
- 1 thìa cà phê gừng xay
- 1 tép tỏi, băm nhỏ
- 2 chén cơm Sushi truyền thống đã nấu chín
- Hành lá và hạt mè cắt nhỏ để trang trí

HƯỚNG DẪN:
a) Trong một bát, trộn nước tương, mirin, mật ong, dầu mè, gừng bào sợi và tỏi băm để làm nước xốt.
b) Cho thịt bò thái lát mỏng vào nước ướp và để lạnh ít nhất 30 phút.
c) Xào thịt bò đã ướp trên chảo nóng cho đến khi chín theo ý thích.
d) Lắp các bát với cơm Sushi truyền thống làm đế.
e) Phủ thịt bò teriyaki, hành lá thái lát và hạt vừng lên trên. Phục vụ và thưởng thức!

61.Sushi Bò Bulgogi Hàn Quốc

THÀNH PHẦN:
- 1 lb thịt bò thăn, thái lát mỏng
- 1/4 chén nước tương
- 2 muỗng canh đường nâu
- 1 muỗng canh dầu mè
- 1 muỗng canh mirin
- 2 củ hành xanh, thái lát
- 1 củ cà rốt, thái hạt lựu
- 2 chén cơm Sushi truyền thống đã nấu chín
- Kimchi để trang trí

HƯỚNG DẪN:
a) Trộn nước tương, đường nâu, dầu mè và mirin để làm nước xốt.
b) Ướp thịt bò thái mỏng vào hỗn hợp ít nhất 1 tiếng.
c) Nấu thịt bò đã ướp trong chảo nóng cho đến khi có caramen và chín đều.
d) Tạo bát với cơm Sushi truyền thống làm nền.
e) Phủ thịt bò bulgogi, hành lá thái lát, cà rốt thái sợi và kim chi lên trên.

62. Bát Sushi Bò Húng Quế kiểu Thái

THÀNH PHẦN:
- 1 lb thăn bò, thái lát mỏng
- 1/4 chén nước tương
- 2 muỗng canh dầu hào
- 1 muỗng canh nước mắm
- 1 muỗng canh đường nâu
- 1 chén lá húng quế tươi
- 1 quả ớt chuông đỏ, thái lát
- 2 chén cơm Sushi truyền thống đã nấu chín
- Đậu phộng giã nhuyễn để trang trí

HƯỚNG DẪN:
a) Kết hợp nước tương, dầu hào, nước mắm và đường nâu để làm nước xốt.
b) Ướp thịt bò thái mỏng vào hỗn hợp ít nhất 30 phút.
c) Nấu thịt bò đã ướp trong chảo nóng cho đến khi chín vàng.
d) Lắp các bát với cơm Sushi truyền thống làm đế.
e) Phủ thịt bò húng quế Thái, ớt chuông đỏ thái lát và lá húng quế tươi lên trên. Trang trí với đậu phộng nghiền.

63. Bát Sushi Bò Sriracha Cay

THÀNH PHẦN:
- 1 lb thăn bò, thái lát mỏng
- 1/4 chén nước tương
- 2 muỗng canh sốt sriracha
- 1 thìa mật ong
- 1 muỗng canh nước cốt chanh
- 1 chén bắp cải thái nhỏ
- 1 quả xoài, thái hạt lựu
- 2 chén cơm Sushi truyền thống đã nấu chín
- Rau mùi cắt nhỏ để trang trí

HƯỚNG DẪN:
a) Trộn nước tương, sốt sriracha, mật ong và nước cốt chanh để làm nước xốt.
b) Ướp thịt bò thái mỏng vào hỗn hợp ít nhất 30 phút.
c) Nấu thịt bò đã ướp trong chảo nóng cho đến khi chín vàng.
d) Lắp các bát với cơm Sushi truyền thống làm đế.
e) Phủ lên trên là thịt bò sriracha cay, bắp cải thái nhỏ và xoài thái hạt lựu. Trang trí với rau mùi xắt nhỏ.

64. Sushi bít tết chanh tỏi

THÀNH PHẦN:
- 1 lb bít tết, thái lát mỏng
- 1/4 chén nước tương
- 2 muỗng canh dầu ô liu
- 3 tép tỏi, băm nhỏ
- Vỏ và nước cốt của 1 quả chanh
- 1 củ hành đỏ, thái lát mỏng
- 1 cốc cà chua bi, giảm một nửa
- 2 chén cơm Sushi truyền thống đã nấu chín
- Rau mùi tây tươi để trang trí

HƯỚNG DẪN:
a) Trong một cái bát, trộn nước tương, dầu ô liu, tỏi băm, vỏ chanh và nước cốt chanh để tạo thành nước xốt.
b) Ướp bít tết thái lát mỏng trong hỗn hợp ít nhất 30 phút.
c) Nấu bít tết đã ướp trong chảo nóng cho đến khi chín theo ý thích của bạn.
d) Lắp các bát với cơm Sushi truyền thống làm đế.
e) Bên trên phủ bít tết chanh tỏi, hành đỏ thái lát và cà chua bi. Trang trí với rau mùi tây tươi.

65. Bát Sushi bò ngò chanh

THÀNH PHẦN:
- 1 lb thăn bò, thái lát mỏng
- 1/4 chén nước tương
- 2 thìa nước cốt chanh
- 1 muỗng canh nước mắm
- 2 thìa cà phê mật ong
- 1 cốc jicama, thái hạt lựu
- 1 quả ớt chuông đỏ, thái lát mỏng
- 2 chén cơm Sushi truyền thống đã nấu chín
- Đậu phộng giã nhuyễn để trang trí

HƯỚNG DẪN:

a) Trộn nước tương, nước cốt chanh, nước mắm và mật ong để làm nước xốt.

b) Ướp thịt bò thái mỏng vào hỗn hợp ít nhất 30 phút.

c) Nấu thịt bò đã ướp trong chảo nóng cho đến khi chín vàng.

d) Tạo bát với cơm Sushi truyền thống làm nền.

e) Phủ lên trên thịt bò ngò chanh, củ đậu thái sợi, ớt chuông đỏ thái lát và đậu phộng nghiền.

66.Bát Sushi Bò Chipotle Khói

THÀNH PHẦN:
- 1 lb thăn bò, thái lát mỏng
- 1/4 chén nước tương
- 2 muỗng canh nước sốt adobo (từ ớt chipotle đóng hộp)
- 1 thìa mật ong
- 1 muỗng cà phê ớt bột xông khói
- 1 quả bơ, thái lát
- 1 chén đậu đen, để ráo nước và rửa sạch
- 2 chén cơm Sushi truyền thống đã nấu chín
- Hành lá thái lát để trang trí

HƯỚNG DẪN:
a) Trộn đều nước tương, sốt adobo, mật ong và ớt bột xông khói để tạo thành nước xốt.
b) Ướp thịt bò thái mỏng vào hỗn hợp ít nhất 30 phút.
c) Nấu thịt bò đã ướp trong chảo nóng cho đến khi chín vàng.
d) Lắp các bát với cơm Sushi truyền thống làm đế.
e) Phủ thịt bò chipotle khói, bơ thái lát, đậu đen và hành lá thái lát lên trên.

67. Cơm Sushi Bò Hoisin-Gừng

THÀNH PHẦN:
- 1 lb thăn bò, thái lát mỏng
- 1/4 chén nước sốt hoisin
- 2 muỗng canh nước tương
- 1 muỗng canh giấm gạo
- 1 muỗng canh gừng xay
- 1 chén đậu tuyết, thái lát
- 1 củ cà rốt, thái hạt lựu
- 2 chén cơm Sushi truyền thống đã nấu chín
- Hạt mè để trang trí

HƯỚNG DẪN:

a) Kết hợp nước sốt hoisin, nước tương, giấm gạo và gừng nghiền để tạo thành nước xốt.

b) Ướp thịt bò thái mỏng vào hỗn hợp ít nhất 30 phút.

c) Nấu thịt bò đã ướp trong chảo nóng cho đến khi chín vàng.

d) Tạo bát với cơm Sushi truyền thống làm nền.

e) Phủ thịt bò hoisin-gừng, đậu Hà Lan thái lát, cà rốt thái sợi và rắc hạt vừng lên trên.

68.Bát Sushi bít tết và bơ

THÀNH PHẦN:
- 1 chén cơm sushi đã nấu chín
- 1 chén bít tết nướng, thái lát
- 1 quả bơ, thái lát
- 1/4 cốc cà chua bi, cắt đôi
- 1/4 chén hành đỏ, thái lát mỏng
- Men balsamic cho mưa phùn
- Lá húng quế tươi để trang trí

HƯỚNG DẪN:
a) Trải cơm sushi đã nấu chín vào tô.
b) Đặt bít tết nướng cắt lát lên trên.
c) Thêm bơ thái lát, cà chua bi cắt đôi và hành đỏ thái lát mỏng.
d) Rưới men balsamic lên trên bát.
e) Trang trí với lá húng quế tươi.
f) Hãy phục vụ và thưởng thức món bít-tết và bơ ngon lành!

69. Bát Sushi Bò Mè Gừng

THÀNH PHẦN:
- 1 chén cơm sushi đã nấu chín
- 1 chén thịt bò ướp gừng vừng, nấu chín
- 1/2 chén đậu Hà Lan, chần
- 1/4 cốc cà rốt thái nhỏ
- 1/4 chén bắp cải đỏ, thái lát mỏng
- Nước sốt đậu nành gừng để trị mưa phùn
- Hành xanh để trang trí

HƯỚNG DẪN:
a) Trải cơm sushi đã nấu chín vào tô.
b) Đặt thịt bò gừng mè nấu chín lên trên.
c) Thêm đậu Hà Lan chần, cà rốt thái sợi và bắp cải đỏ thái lát mỏng.
d) Rưới nước tương gừng lên trên bát.
e) Trang trí với hành lá xắt nhỏ.
f) Hãy phục vụ và thưởng thức món sushi thịt bò gừng mè thơm ngon!

70.Bát Sushi Tempura Bò Giòn

THÀNH PHẦN:
- 1 chén cơm sushi đã nấu chín
- 1 chén tempura thịt bò, thái lát
- 1/2 cốc bơ, thái lát
- 1/4 chén gừng ngâm
- 1/4 chén nori (rong biển) cắt nhỏ
- Nước chấm tempura cho mưa phùn

HƯỚNG DẪN:
a) Trải cơm sushi đã nấu chín vào tô.
b) Đặt tempura thịt bò thái lát lên trên.
c) Thêm bơ thái lát và gừng ngâm.
d) Rắc nori cắt nhỏ lên trên bát.
e) Rắc nước sốt tempura.
f) Hãy phục vụ và thưởng thức món sushi tempura thịt bò giòn thơm!

71. Bát Sushi Fajita Thịt bò Mexico

THÀNH PHẦN:
- 1 chén cơm sushi đã nấu chín
- 1 chén thịt bò fajita dải, nướng
- 1/2 chén đậu đen, để ráo nước và rửa sạch
- 1/4 chén hạt ngô, nướng
- 1/4 cốc cà chua bi, cắt tư
- Salsa và kem chua để phủ lên trên
- Rau mùi tươi để trang trí

HƯỚNG DẪN:
a) Trải cơm sushi đã nấu chín vào tô.
b) Đặt dải fajita thịt bò nướng lên trên.
c) Thêm đậu đen, ngô nướng và cà chua bi cắt tư.
d) Phủ salsa và kem chua lên trên.
e) Trang trí với rau mùi tươi.
f) Phục vụ và thưởng thức món sushi fajita thịt bò lấy cảm hứng từ Mexico!

72. Bát Sushi bít tết Philly

THÀNH PHẦN:
- 1 chén cơm sushi đã nấu chín
- 1 chén thịt bò bít tết thái lát mỏng, nấu chín
- 1/2 chén ớt chuông, thái lát mỏng
- 1/4 chén hành tây caramen
- 1/4 cốc phô mai provolone hoặc tan chảy
- Nước sốt Hoagie cho mưa phùn
- Rau mùi tây tươi để trang trí

HƯỚNG DẪN:
a) Trải cơm sushi đã nấu chín vào tô.
b) Đặt miếng thịt bò đã nấu chín lên trên.
c) Thêm ớt chuông thái lát mỏng và hành tây caramen.
d) Rưới nước sốt hoagie lên trên bát.
e) Phủ phô mai tan chảy lên trên.
f) Trang trí với rau mùi tây tươi.
g) Phục vụ và thưởng thức hương vị của món Philly Cheesesteak ở dạng bát sushi!

73.Bát Sushi Thịt Bò và Xoài Tango

THÀNH PHẦN:
- 1 chén cơm sushi đã nấu chín
- 1 chén thịt thăn bò nướng
- 1/2 chén xoài, thái hạt lựu
- 1/4 chén hành đỏ, thái nhỏ
- 1/4 chén ngò, xắt nhỏ
- Sốt xoài để làm mưa phùn
- Đậu phộng giã nhuyễn để trang trí

HƯỚNG DẪN:
a) Trải cơm sushi đã nấu chín vào tô.
b) Đặt các dải thăn bò nướng lên trên.
c) Thêm xoài thái hạt lựu, hành đỏ thái nhỏ và ngò cắt nhỏ.
d) Rưới nước xốt xoài lên trên bát.
e) Trang trí với đậu phộng nghiền.
f) Phục vụ và thưởng thức Bát Sushi Thịt bò và Mango Tango thơm ngon ngọt ngào!

74. Bát Sushi Bò Satay

THÀNH PHẦN:
- 1 chén cơm sushi đã nấu chín
- 1 chén thịt bò thái miếng, ướp và nướng sốt sa tế
- 1/2 chén dưa chuột, thái lát
- 1/4 cốc cà rốt thái nhỏ
- 1/4 chén đậu phộng, xắt nhỏ
- Nước sốt sa tế cho mưa phùn
- Lá bạc hà tươi để trang trí

HƯỚNG DẪN:
a) Trải cơm sushi đã nấu chín vào tô.
b) Xếp các dải thịt bò satay nướng lên trên.
c) Thêm dưa chuột thái lát, cà rốt thái sợi và đậu phộng cắt nhỏ.
d) Rưới nước sốt sa tế lên tô.
e) Trang trí bằng lá bạc hà tươi.
f) Phục vụ và thưởng thức món Sushi Bò Satay thơm ngon!

BÁ SUSHI THỊT HEO

75.Bát Sushi Thịt Giăm Bông Và Đào

THÀNH PHẦN:
- 2 chén cơm Sushi truyền thống đã được chuẩn bị sẵn
- 1 quả đào lớn, bỏ hạt và cắt thành 12 miếng
- ½ chén cơm Sushi Sốt
- ½ muỗng cà phê nước sốt tỏi ớt
- Một chút dầu mè đen
- 4 ounce prosciutto, cắt thành dải mỏng
- 1 bó cải xoong, bỏ cuống dày

HƯỚNG DẪN:

a) Chuẩn bị cơm Sushi và nước sốt Sushi bổ sung.

b) Đặt những miếng đào vào tô vừa. Thêm nước sốt cơm Sushi, tương ớt tỏi và dầu mè đen. Trộn đều đào trong nước xốt trước khi đậy nắp. Để đào ở nhiệt độ phòng trong nước ướp trong ít nhất 30 phút và tối đa 1 giờ.

c) Tập hợp 4 bát phục vụ nhỏ. Làm ướt đầu ngón tay trước khi cho ½ cốc (100 g) cơm Sushi đã chuẩn bị vào mỗi bát. Nhẹ nhàng làm phẳng bề mặt gạo. Chia đều lớp phủ trên theo hình hấp dẫn lên trên mỗi bát, mỗi khẩu phần có 3 lát đào. (Bạn có thể rút hầu hết chất lỏng ra khỏi quả đào trước khi đổ vào bát, nhưng đừng vỗ khô chúng.)

d) Dùng nĩa và nước tương để chấm nếu muốn.

76. Bát Sushi Sườn Ngắn Nướng

THÀNH PHẦN:
- 2 cốc (400 g) Cơm Sushi truyền thống, Cơm Sushi nấu chín nhanh và dễ dàng bằng lò vi sóng hoặc Cơm Sushi nâu
- 1 lb (500 g) sườn heo không xương
- 2 muỗng canh đường thô hoặc đường nâu nhạt
- 1 muỗng canh giấm gạo
- 2 muỗng canh dầu ăn
- 2 thìa cà phê nước tương
- ½ thìa cà phê tỏi băm
- 2 thìa gừng thái nhỏ
- ½ quả bơ, gọt vỏ, bỏ hạt và cắt thành từng lát mỏng
- ¼ dưa chuột Anh (dưa chuột Nhật), bỏ hạt và cắt thành que diêm
- ¼ cốc (60 g) xoài khô, cắt thành dải mỏng

HƯỚNG DẪN:
a) Chuẩn bị cơm Sushi.
b) Chà sườn ngắn với đường. Trộn đều giấm gạo, dầu ăn, nước tương và tỏi băm trong tô vừa. Đặt sườn vào tô và lật chúng nhiều lần cho ngấm đều. Che chúng lại và để chúng ướp trong 30 phút.
c) Đun nóng gà thịt của bạn đến 500°F (260°C). Đặt các miếng sườn ngắn lên khay nướng thịt hoặc khay giấy. Nướng khoảng 5 phút mỗi mặt. Lấy sườn ngắn ra khỏi khay và để nguội. Cắt sườn ngắn thành từng khúc ½ inch (1,25 cm). (Nếu sườn ngắn có xương, bạn sẽ phải loại bỏ thịt khỏi xương.)
d) Tập hợp 4 bát phục vụ nhỏ. Làm ướt đầu ngón tay trước khi cho ½ cốc (100 g) cơm Sushi vào mỗi bát. Nhẹ nhàng làm phẳng bề mặt gạo. Rắc ½ thìa gừng thái nhỏ lên cơm. Chia sườn ngắn vào 4 bát.
e) Xếp ¼ lát bơ, que diêm dưa chuột và xoài thành hình hấp dẫn trên bát cơm.
f) Ăn kèm với si-rô đậu nành có đường nếu muốn.

77. Sushi Thịt Heo Teriyaki

THÀNH PHẦN:
- 1 lb thịt thăn lợn, thái lát mỏng
- 1/4 chén nước tương
- 2 thìa mirin
- 1 thìa mật ong
- 1 muỗng canh dầu mè
- 1 thìa cà phê tỏi băm
- 1 quả dưa chuột, thái lát mỏng
- 1 chén dứa miếng
- 2 chén cơm sushi đã nấu chín
- Hành xanh để trang trí

HƯỚNG DẪN:
a) Trộn nước tương, mirin, mật ong, dầu mè và tỏi băm để làm nước xốt.
b) Ướp thịt lợn thái lát mỏng trong hỗn hợp ít nhất 30 phút.
c) Nấu thịt lợn đã ướp trong chảo nóng cho đến khi chín vàng.
d) Lắp bát với cơm sushi làm đế.
e) Phủ thịt lợn teriyaki, dưa chuột thái lát, dứa cắt miếng lên trên và trang trí với hành lá.

78. Thịt Heo Sriracha Cay

THÀNH PHẦN:
- 1 lb thịt vai lợn, thái lát mỏng
- 1/4 chén nước tương
- 2 muỗng canh sốt sriracha
- 1 thìa mật ong
- 1 muỗng canh nước cốt chanh
- 1 chén bắp cải đỏ, thái nhỏ
- 1 quả xoài, thái hạt lựu
- 2 chén cơm Sushi truyền thống đã nấu chín
- Rau mùi cắt nhỏ để trang trí

HƯỚNG DẪN:

a) Kết hợp nước tương, sốt sriracha, mật ong và nước cốt chanh để tạo thành nước xốt.
b) Ướp thịt lợn thái lát mỏng trong hỗn hợp ít nhất 30 phút.
c) Nấu thịt lợn đã ướp trong chảo nóng cho đến khi chín vàng.
d) Tạo bát với cơm Sushi truyền thống làm nền.
e) Bên trên phủ thịt lợn sriracha cay, bắp cải tím thái nhỏ, xoài thái hạt lựu và trang trí với ngò cắt nhỏ.

79. Sushi Thịt Heo Gừng Dứa

THÀNH PHẦN:
- 1 lb thịt thăn lợn, thái lát mỏng
- 1/4 chén nước tương
- 2 thìa nước ép dứa
- 1 muỗng canh gừng xay
- 1 muỗng canh đường nâu
- 1 cốc đậu nành hấp
- 1 quả ớt chuông đỏ, thái lát mỏng
- 2 chén cơm Sushi truyền thống đã nấu chín
- Hạt mè để trang trí

HƯỚNG DẪN:

a) Trộn đều nước tương, nước ép dứa, gừng nạo và đường nâu để làm nước xốt.
b) Ướp thịt lợn thái lát mỏng trong hỗn hợp ít nhất 30 phút.
c) Nấu thịt lợn đã ướp trong chảo nóng cho đến khi chín vàng.
d) Lắp các bát với cơm Sushi truyền thống làm đế.
e) Phủ thịt lợn gừng dứa, đậu Nhật hấp, ớt chuông đỏ thái lát lên trên và rắc mè.

80.Bát Sushi Thịt Heo BBQ Hàn Quốc

THÀNH PHẦN:
- 1 lb thịt mông, thái lát mỏng
- 1/4 chén nước tương
- 2 muỗng canh gochujang (tương ớt đỏ Hàn Quốc)
- 1 muỗng canh dầu mè
- 1 muỗng canh đường nâu
- 1 cốc kim chi
- 1 quả dưa chuột, thái lát
- 2 chén cơm sushi đã nấu chín
- Hạt mè để trang trí

HƯỚNG DẪN:

a) Trộn đều nước tương, gochujang, dầu mè và đường nâu để tạo thành nước xốt.
b) Ướp thịt mông lợn thái lát mỏng trong hỗn hợp ít nhất 30 phút.
c) Nấu thịt lợn đã ướp trong chảo nóng cho đến khi chín vàng.
d) Lắp bát với cơm sushi làm đế.
e) Phủ thịt lợn BBQ Hàn Quốc, kim chi, dưa chuột thái lát và rắc hạt vừng lên trên.

81. Sushi Thịt Húng Quế Thái Lan

THÀNH PHẦN:
- 1 lb thịt lợn xay
- 1/4 chén nước tương
- 2 muỗng canh dầu hào
- 1 muỗng canh nước mắm
- 1 muỗng canh đường nâu
- 1 chén lá húng quế tươi
- 1 quả ớt chuông, thái lát mỏng
- 2 chén cơm Sushi truyền thống đã nấu chín
- Hạt tiêu đỏ nghiền nát để trang trí

HƯỚNG DẪN:
a) Trong một bát, trộn nước tương, dầu hào, nước mắm và đường nâu để làm nước xốt.
b) Nấu thịt lợn xay trong chảo cho đến khi chín vàng, sau đó thêm nước xốt vào và nấu cho đến khi nước sốt đặc lại.
c) Lắp các bát với cơm Sushi truyền thống làm đế.
d) Đặt thịt lợn húng quế Thái, ớt chuông thái lát lên trên và trang trí với ớt đỏ nghiền nát.

82. Sushi Thịt Heo Kéo BBQ

THÀNH PHẦN:
- 1 lb thịt lợn kéo
- 1/4 chén sốt BBQ
- 2 muỗng canh giấm táo
- 1 thìa mật ong
- 1 cốc hỗn hợp xà lách trộn
- 1/2 củ hành đỏ, thái lát mỏng
- 2 chén cơm Sushi truyền thống đã nấu chín
- Hành lá cắt nhỏ để trang trí

HƯỚNG DẪN:
a) Trong một bát, trộn thịt lợn kéo với sốt BBQ, giấm táo và mật ong.
b) Lắp các bát với cơm Sushi truyền thống làm đế.
c) Phủ thịt lợn nướng BBQ, hỗn hợp xà lách trộn và hành tím thái lát lên trên.
d) Trang trí với hành lá xắt nhỏ và thưởng thức món sushi lấy cảm hứng từ BBQ này!

83. Sushi thịt lợn tráng men rượu táo

THÀNH PHẦN:
- 1 lb thịt thăn lợn, thái lát mỏng
- 1/4 cốc rượu táo
- 2 muỗng canh nước tương
- 1 muỗng canh mù tạt Dijon
- 1 muỗng canh si-rô phong
- 1 quả táo, thái lát mỏng
- 1 chén bắp cải đỏ, thái nhỏ
- 2 chén cơm Sushi truyền thống đã nấu chín
- Rau mùi tây cắt nhỏ để trang trí

HƯỚNG DẪN:

a) Đánh đều rượu táo, nước tương, mù tạt Dijon và xi-rô cây thích để tạo men.
b) Ướp thăn lợn thái lát mỏng trong men ít nhất 30 phút.
c) Nấu thịt lợn đã ướp trong chảo nóng cho đến khi chín vàng.
d) Lắp các bát với cơm Sushi truyền thống làm đế.
e) Phủ thịt lợn tẩm rượu táo lên trên, táo thái lát, bắp cải đỏ thái nhỏ và trang trí với rau mùi tây cắt nhỏ.

84. Thịt Heo Mù Tạt Mật Ong

THÀNH PHẦN:
- 1 lb thịt thăn lợn, thái lát mỏng
- 1/4 cốc mù tạt Dijon
- 2 thìa mật ong
- 1 muỗng canh nước tương
- 1 muỗng canh dầu ô liu
- 1 chén đậu Hà Lan, thái lát
- 1 quả ớt chuông, thái hạt lựu
- 2 chén cơm Sushi truyền thống đã nấu chín
- Đậu phộng giã nhuyễn để trang trí

HƯỚNG DẪN:
a) Trong một cái bát, trộn mù tạt Dijon, mật ong, nước tương và dầu ô liu để tạo thành nước xốt.
b) Ướp thịt thăn lợn thái mỏng trong hỗn hợp ít nhất 30 phút.
c) Nấu thịt lợn đã ướp trong chảo nóng cho đến khi chín vàng.
d) Tạo bát với cơm Sushi truyền thống làm nền.
e) Phủ thịt lợn mù tạt mật ong, đậu Hà Lan thái lát, ớt chuông thái hạt lựu và trang trí với đậu phộng nghiền.

85.Bát Sushi cuộn thịt lợn cay

THÀNH PHẦN:
- 1 chén cơm sushi đã nấu chín
- 1 chén xúc xích heo cay, vò nát và nấu chín
- 1/2 chén kim chi, xắt nhỏ
- 1/4 cốc dưa chuột, thái hạt lựu
- 1/4 cốc bơ, thái lát
- Sriracha mayo cho mưa phùn
- Dải Nori để trang trí

HƯỚNG DẪN:
a) Trải cơm sushi đã nấu chín vào tô.
b) Đặt xúc xích heo cay đã chín và vụn lên trên.
c) Thêm kim chi cắt nhỏ, dưa chuột thái hạt lựu và bơ cắt lát.
d) Rưới Sriracha mayo lên bát.
e) Trang trí bằng dải nori.
f) Phục vụ và thưởng thức hương vị cuộn thịt lợn cay!

86. Cơm Sushi Bibimbap Thịt Heo

THÀNH PHẦN:
- 1 chén cơm sushi đã nấu chín
- 1 chén thịt ba chỉ, nướng hoặc quay
- 1/2 chén rau bina, xào
- 1/4 cốc cà rốt, thái hạt lựu và ngâm
- 1/4 chén giá đỗ, chần
- Nước sốt Gochujang cho mưa phùn
- Hạt mè để trang trí

HƯỚNG DẪN:
a) Trải cơm sushi đã nấu chín vào tô.
b) Đặt các lát thịt ba chỉ nướng hoặc quay lên trên.
c) Thêm rau bina xào, cà rốt ngâm và giá đỗ.
d) Rưới nước sốt Gochujang lên trên bát.
e) Rắc hạt vừng để trang trí.
f) Phục vụ và thưởng thức món sushi bibimbap bụng heo lấy cảm hứng từ Hàn Quốc!

87. Bát Sushi Thịt nguội và Dứa

THÀNH PHẦN:
- 1 chén cơm sushi đã nấu chín
- 1 chén giăm bông, thái hạt lựu
- 1/2 chén dứa miếng
- 1/4 chén ớt chuông đỏ, thái hạt lựu
- 1/4 chén hành lá, thái lát
- Nước sốt chua ngọt cho mưa phùn
- Hạt mè để trang trí

HƯỚNG DẪN:
a) Trải cơm sushi đã nấu chín vào tô.
b) Đặt giăm bông thái hạt lựu lên trên.
c) Thêm miếng dứa, ớt chuông đỏ thái hạt lựu và hành lá thái lát.
d) Rưới nước sốt chua ngọt lên trên tô.
e) Rắc hạt vừng để trang trí.
f) Hãy phục vụ và thưởng thức sự kết hợp giữa thịt giăm bông và dứa thơm ngon, ngọt ngào!

88. Bát Sushi Bơ Thịt Xông Khói

THÀNH PHẦN:
- 1 chén cơm sushi đã nấu chín
- 1 chén thịt xông khói nấu chín, vụn
- 1 quả bơ, thái lát
- 1/4 cốc cà chua bi, cắt đôi
- 1/4 cốc rau arugula
- Trang trại cho mưa phùn
- Hẹ để trang trí

HƯỚNG DẪN:
a) Trải cơm sushi đã nấu chín vào tô.
b) Đặt thịt xông khói đã nấu chín vụn lên trên.
c) Thêm bơ thái lát, cà chua bi cắt đôi và rau arugula.
d) Rưới nước sốt trang trại lên trên bát.
e) Trang trí với hẹ xắt nhỏ.
f) Phục vụ và thưởng thức sự kết hợp giữa thịt xông khói và bơ thơm ngon!

89. Bát Sushi ăn sáng với xúc xích và trứng

THÀNH PHẦN:
- 1 chén cơm sushi đã nấu chín
- 1 chén xúc xích ăn sáng, nấu chín và cắt nhỏ
- 2 quả trứng tráng
- 1/4 chén phô mai cheddar, cắt nhỏ
- 1/4 chén ớt chuông, thái hạt lựu
- Nước sốt nóng cho mưa phùn
- Rau mùi tây tươi để trang trí

HƯỚNG DẪN:
a) Trải cơm sushi đã nấu chín vào tô.
b) Đặt xúc xích ăn sáng đã nấu chín vụn lên trên.
c) Thêm trứng bác, phô mai cheddar cắt nhỏ và ớt chuông thái hạt lựu.
d) Rưới nước sốt nóng lên trên bát.
e) Trang trí với rau mùi tây tươi.
f) Phục vụ và thưởng thức món sushi thơm ngon lấy cảm hứng từ bữa sáng!

BÁ SUSHI GIA CẦM

90. Bát Sushi gà Teriyaki

THÀNH PHẦN:
- 1 lb ức gà, thái lát mỏng
- 1/4 chén nước tương
- 2 thìa mirin
- 1 thìa mật ong
- 1 muỗng canh dầu mè
- 1 thìa cà phê gừng xay
- 1 cốc đậu nành hấp
- 1 quả bơ, thái lát
- 2 chén cơm sushi đã nấu chín
- Hạt mè để trang trí

HƯỚNG DẪN:
a) Trộn nước tương, mirin, mật ong, dầu mè và gừng bào sợi để làm nước xốt.
b) Ướp ức gà thái lát mỏng trong hỗn hợp ít nhất 30 phút.
c) Nấu gà đã ướp trong chảo nóng cho đến khi chín vàng.
d) Lắp bát với cơm sushi làm đế.
e) Phủ lên trên món gà teriyaki, đậu Nhật hấp, bơ thái lát và rắc mè.

91. Bát Sushi gà Salsa xoài

THÀNH PHẦN:
- 1 lb đùi gà, không xương và không da
- 1/4 cốc nước cốt chanh
- 2 thìa mật ong
- 1 thìa cà phê thì là xay
- 1 thìa cà phê ớt bột
- 1 quả xoài, thái hạt lựu
- 1 củ hành đỏ, thái nhỏ
- 2 chén cơm Sushi truyền thống đã nấu chín
- Rau mùi tươi để trang trí

HƯỚNG DẪN:

a) Trộn nước cốt chanh, mật ong, thì là và bột ớt để tạo thành nước xốt.
b) Ướp đùi gà trong hỗn hợp ít nhất 30 phút.
c) Nướng hoặc nấu gà đã ướp cho đến khi chín hoàn toàn.
d) Lắp các bát với cơm Sushi truyền thống làm đế.
e) Rắc gà salsa xoài, xoài thái hạt lựu, hành đỏ xắt nhỏ lên trên và trang trí với ngò tươi.

92.Sushi gà chanh ớt ngọt

THÀNH PHẦN:
- 1 lb thịt gà, thái thành dải
- 1/4 chén tương ớt ngọt
- 2 muỗng canh nước tương
- 1 muỗng canh nước cốt chanh
- 1 thìa mật ong
- 1 chén bắp cải tím thái nhỏ
- 1 củ cà rốt, thái hạt lựu
- 2 chén cơm Sushi truyền thống đã nấu chín
- Đậu phộng cắt nhỏ để trang trí

HƯỚNG DẪN:

a) Trộn tương ớt ngọt, nước tương, nước cốt chanh và mật ong để làm nước xốt.
b) Ướp thịt gà trong hỗn hợp ít nhất 30 phút.
c) Nấu gà đã ướp trong chảo nóng cho đến khi chín vàng.
d) Lắp các bát với cơm Sushi truyền thống làm đế.
e) Phủ lên trên là thịt gà chanh ớt ngọt, bắp cải tím thái sợi, cà rốt thái sợi và trang trí với đậu phộng cắt nhỏ.

93. Bát Sushi Thổ Nhĩ Kỳ tráng men màu cam gừng

THÀNH PHẦN:
- 1 lb gà tây xay
- 1/4 chén nước tương
- 2 muỗng canh mứt cam
- 1 muỗng canh giấm gạo
- 1 thìa cà phê gừng xay
- 1 quả cam, phân đoạn
- 1 cốc cà rốt thái nhỏ
- 2 chén cơm Sushi truyền thống đã nấu chín
- Hành lá thái lát để trang trí

HƯỚNG DẪN:
a) Trong một cái bát, trộn nước tương, mứt cam, giấm gạo và gừng bào sợi để tạo men.
b) Nấu gà tây xay cho đến khi chín vàng rồi thêm men vào, khuấy đều cho đến khi phủ đều.
c) Tạo bát với cơm Sushi truyền thống làm nền.
d) Phủ lên trên gà tây tráng men gừng cam, các múi cam, cà rốt cắt nhỏ và trang trí với hành lá thái lát.

94. Bát Sushi Vịt

THÀNH PHẦN:
- 1 chén cơm sushi đã nấu chín
- 1 chén vịt quay, thái nhỏ
- 1/2 chén dưa chuột, thái hạt lựu
- 1/4 cốc cà rốt, cắt thành que diêm
- 1/4 chén củ cải, thái lát mỏng
- 2 muỗng canh nước tương
- 1 muỗng canh giấm gạo
- 1 muỗng canh mirin (rượu gạo ngọt)
- 1 muỗng cà phê dầu mè
- Hạt mè để trang trí
- Dải Nori để phục vụ

HƯỚNG DẪN:
a) Trong một bát nhỏ, trộn nước tương, giấm gạo, mirin và dầu mè để làm nước sốt.
b) Trải cơm sushi đã nấu chín vào tô.
c) Đặt vịt quay xé nhỏ lên trên cơm.
d) Thêm dưa chuột thái sợi, cà rốt cắt que diêm và củ cải thái lát mỏng.
e) Rưới nước sốt lên trên bát.
f) Trang trí với hạt vừng.
g) Ăn kèm với dải nori ở bên cạnh để gói hoặc nhúng.
h) Thưởng thức hương vị độc đáo và thơm ngon của món sushi vịt!

95.Bát Sushi gà chanh ngò và đậu đen

THÀNH PHẦN:
- 1 lb thịt gà, thái thành dải
- 1/4 chén ngò, xắt nhỏ
- 2 thìa nước cốt chanh
- 1 muỗng canh dầu ô liu
- 1 lon đậu đen, để ráo nước và rửa sạch
- 1 quả ớt chuông đỏ, thái hạt lựu
- 2 chén cơm Sushi truyền thống đã nấu chín
- Những lát bơ để trang trí

HƯỚNG DẪN:
a) Trong một cái bát, trộn ngò xắt nhỏ, nước cốt chanh và dầu ô liu để làm nước xốt.
b) Ướp thịt gà trong hỗn hợp ít nhất 30 phút.
c) Nấu gà đã ướp trong chảo nóng cho đến khi chín vàng.
d) Lắp các bát với cơm Sushi truyền thống làm đế.
e) Đặt gà chanh ngò, đậu đen, ớt chuông đỏ thái hạt lựu lên trên và trang trí bằng những lát bơ.

96.Bát Sushi Thổ Nhĩ Kỳ BBQ

THÀNH PHẦN:
- 1 chén cơm sushi đã nấu chín
- 1 chén gà tây BBQ, cắt nhỏ
- 1/2 chén hạt ngô
- 1/4 chén bắp cải đỏ, thái lát mỏng
- 1/4 chén ngò, xắt nhỏ
- Sốt BBQ cho mưa phùn
- Nêm chanh để phục vụ

HƯỚNG DẪN:
a) Trải cơm sushi đã nấu chín vào tô.
b) Đặt gà tây BBQ cắt nhỏ lên trên.
c) Thêm hạt ngô, bắp cải đỏ thái lát và ngò xắt nhỏ.
d) Rưới sốt BBQ lên tô.
e) Ăn kèm với chanh để tăng thêm hương vị.
f) Hãy tận hưởng hương vị thơm ngon của gà tây BBQ!

97. Bát Sushi Gà Gừng Mè

THÀNH PHẦN:
- 1 chén cơm sushi đã nấu chín
- 1 chén gà gừng mè, thái lát
- 1/2 chén đậu Hà Lan, chần
- 1/4 chén ớt chuông, thái lát mỏng
- Cà rốt thái sợi
- Hạt mè để trang trí
- Nước sốt gừng đậu nành trị mưa phùn

HƯỚNG DẪN:
a) Trải cơm sushi đã nấu chín vào tô.
b) Đặt gà gừng mè thái lát lên trên.
c) Thêm đậu Hà Lan chần, ớt chuông thái lát và cà rốt cắt nhỏ.
d) Rắc hạt vừng để trang trí.
e) Rưới nước sốt gừng đậu nành lên trên bát.
f) Hãy phục vụ và thưởng thức hương vị gừng mè thú vị!

98. Bát Sushi gà bơ cá hồi

THÀNH PHẦN:
- 1 chén cơm sushi đã nấu chín
- 1 chén gà nướng, xé nhỏ
- 1/2 chén cá hồi hun khói, vẩy
- 1 quả bơ, thái lát
- 1/4 cốc dưa chuột, thái hạt lựu
- Wasabi mayo cho mưa phùn
- Hạt mè để trang trí

HƯỚNG DẪN:
a) Trải cơm sushi đã nấu chín vào tô.
b) Đặt thịt gà nướng xé nhỏ và cá hồi hun khói lên trên.
c) Thêm bơ thái lát và dưa chuột thái hạt lựu.
d) Rắc mù tạt wasabi mayo.
e) Trang trí với hạt vừng.
f) Hãy phục vụ và thưởng thức sự kết hợp giữa hương vị cá hồi, thịt gà và bơ!

99.Bát Sushi Thổ Nhĩ Kỳ chanh xoài

THÀNH PHẦN:
- 1 chén cơm sushi đã nấu chín
- 1 chén gà tây thái nhỏ
- 1 quả xoài, thái hạt lựu
- 1/4 chén hành đỏ, thái nhỏ
- Rau mùi tươi, xắt nhỏ
- Dấm chanh để làm mưa phùn
- Mảnh ớt đỏ nghiền nát (tùy chọn)

HƯỚNG DẪN:
a) Trải cơm sushi đã nấu chín vào tô.
b) Đặt gà tây cắt nhỏ lên trên.
c) Thêm xoài thái hạt lựu, hành đỏ xắt nhỏ và ngò tươi.
d) Rưới nước sốt chanh.
e) Thêm một chút ớt đỏ nghiền nát để tạo cảm giác ngon miệng (tùy chọn).
f) Hãy phục vụ và thưởng thức hương vị ngọt ngào và thơm ngon!

100. Bát Sushi Gà Tempura Giòn

THÀNH PHẦN:
- 1 chén cơm sushi đã nấu chín
- 1 chén gà tempura, thái lát
- 1/2 chén cà rốt thái hạt lựu
- 1/4 chén đậu tuyết, thái lát
- Hành tây chiên giòn để phủ lên trên
- Nước lươn để chấm
- Gừng ngâm để trang trí

HƯỚNG DẪN:
a) Trải cơm sushi đã nấu chín vào tô.
b) Đặt gà tempura thái lát lên trên.
c) Thêm cà rốt thái sợi và đậu tuyết thái lát.
d) Rắc hành tây chiên giòn lên trên.
e) Rưới nước sốt lươn.
f) Trang trí với gừng ngâm.
g) Hãy phục vụ và thưởng thức món gà tempura giòn giòn thỏa mãn!

PHẦN KẾT LUẬN

Khi chúng tôi kết thúc hành trình thú vị của mình thông qua "Cẩm nang về bát sushi thanh lịch", chúng tôi hy vọng bạn đã trải nghiệm được niềm vui khi nâng cao trải nghiệm về bát sushi của mình bằng sự sáng tạo và sang trọng. Mỗi bát trong những trang này là sự tôn vinh hương vị, sự cân bằng và nghệ thuật trình bày — một minh chứng cho những khả năng thú vị mà bát sushi mang lại.

Cho dù bạn thích sự đơn giản của những chiếc bát sushi cổ điển, đón nhận những cách kết hợp sáng tạo hay thử nghiệm những cách biến tấu sáng tạo của riêng mình, chúng tôi tin rằng những công thức này đã khơi dậy niềm đam mê của bạn trong việc nâng tầm cuộc phiêu lưu với bát sushi của bạn. Ngoài các nguyên liệu và kỹ thuật, mong muốn ý tưởng tạo ra những bát sushi trang nhã sẽ trở thành nguồn cảm hứng, biểu hiện nghệ thuật và tôn vinh niềm vui khi tạo ra những trải nghiệm ẩm thực được cá nhân hóa.

Khi bạn tiếp tục khám phá thế giới bát sushi, có thể "Sổ tay bát sushi thanh lịch" sẽ là người bạn đồng hành đáng tin cậy của bạn, hướng dẫn bạn nhiều công thức nấu ăn giúp bạn nâng cao sự thích thú và thể hiện vẻ đẹp của nghệ thuật ẩm thực này. Đây là cách tận hưởng niềm vui khi thưởng thức những bát sushi, tạo ra những trải nghiệm trực quan ấn tượng và tôn vinh vẻ sang trọng đi kèm với mỗi bát sushi. Chúc ngon miệng!

www.ingramcontent.com/pod-product-compliance
Lightning Source LLC
LaVergne TN
LVHW021705060526
838200LV00050B/2508